ENSIBUKO YAFFE ABAGANDA

ENSIBUKO YAFFE ABAGANDA

ROBERT M.F.O. NVIIRI

To order additional copies of this book, contact:
Xlibris Corporation
0-800-644-6988
www.xlibrispublishing.co.uk
Orders@xlibrispublishing.co.uk
303554

CONTENTS

Okulabula

Obuyinza bwonna ku kitabo kino bwange omuwandiisi wakyo. Tewali muntu yenna akkirizibwa kufulumya kitundu kyonna eky'ekitabo kino mu ngeri yonna; oba mu kyapa ku lupapula, oba ku mpewo za ladiyo, oba ku mutimbagano, oba okwokyesaamu kkopi, oba okukwata ku lutambi, nga tasoose kufuna lukusa okuva eri omuwandiisi.

OKWEBAZA

Ntuusa okwebaza kwange eri abo bonna abannyambye mu kutegeka ekitabo kino okusobola okulaba nga kituuka okufulumizibwa mu kyapa kisomesebwe buli muntu ayagala okumanya ebyafaayo bya Buganda n'Abaganda. Mu abo abannyambye ennyo mwe muli Mw. Busuulwa Katambula ne munne Mw. Gombe Kabenge abansomesa ebikwata ku Muganda n'eŋŋoma, Mw. Andrew Kisabagire eyali Katikkiro wa Kawuula 1971-2008, Maama Anunciata Nakacwa Mukasa, omusomesa era omusiizi w'ebifaananyi kayingo jajja David Nakabale Kato Sekadde, ne Mw. Samwiri Kiwungabudde Busulwa, omusomesa omwatiikirivu omutendeke.

Ekitabo kino nkiwaayo eri abo bonna abalafubanye ennyo okukuuma ebyafaayo, ennono n'obuwangwa ebyaffe Abaganda okulaba nti tetusaanawo ng'eggwanga eritambulira ku Ntegeka y'Obufuzi eyalambikibwa bajjajjaffe e Nnono nga bakulemberwa Ssekabaka Kintu.

9

EBIGAMBO EBIMU EBIKOZESEDDWA EBITATERA KUKOZESEBWA MU LULIMI OLWABULIJJO

Amasiro—Entaana ya Kabaka mu Luganda eyitibwa *Masiro*.

Bugeme—omwenge omuka ennyo ogwasogolebwanga mu mpirivuma

Ejjembe—empewo ey'amaanyi g'abalongo agalwaza, agakuuma oba agatta omuntu.

Ejjoba—ekiwugiro ky'enviiri ekyalekebwanga waggulu w'ekyenyi ku mutwe gwa Kabaka nga gwonna bamaze okugumwa.

Ekibondo—ekisawo ky'ensolo oba ebiwuka omubeera obwana/ omwana agenda okuzaalibwa. Bwe kyabika olwo omwana/obwana ne buvaamu.

Ekiwu—ekifo ekyaliriiddwa obulungi n'amaliba ag'ensonga wamu n'embugo awatuula Kabaka ng'alabise eri Obuganda.

Empirivuma—ebibala eby'omuti ogw'enkindu ogubeerako ensansa.

Enkuku—ekimera ekifaanana ng'omuwemba edda ekyeyambisibwanga okuyiisa omwenge.

Kabejja—mukyala wa Kabaka owokusatu

Kaddulubaale—mukyala wa Kabaka owokubiri

Lubaale—omwoyo oguzaala omusambwa era ogwasinzibwanga mu Buganda. Edda abantu abaalina amaanyi agakola ebyewunyo bwe baafanga nga bafuuka lubaale, okugeza Wannema, Mukasa, Kyobe Kyomubazzi "Kibuuka" n'abalala.

(O)lubaale—ebbanga eriri waggulu w'ensi awagambibwa nti y'ebeera omutonzi w'ensi n'ebintu byonna ebigirimu.

Lubuga—omusika ow'okubiri omukazi bwe basikira omuntu eyafa.

Mmandwa—omuntu omukongozzi (medium) wa Lubaale mwayita okutuusa obubaka eri abantu, oba abantu mwe bayita okutuusa eri Lubaale ebyo bye baagala okumusaba.

Nnaabagereka—mukyala wa Kabaka omukulu

Nnaalinnya—lubuga wa Kabaka bwe basikira Ssekabaka

Nnassaza—mukyala wa Kabaka owokuna

Nnyonjo—ekituuti abagenyi abakulu oba ab'ebitiibwa we batuula. (Kino era y'ensiisira abayizzi mwe batuula wansi w'omuti nga bateega ensolo)

Okubanga—Okutondawo oba okutandikawo ekintu

Okuleega eŋŋoma—okukola eŋŋoma mu muti n'ogiteekako eddiba ly'ekisolo nga olireega weyambisa endere. Eddiba ly'eŋŋoma ku bbusu bwe liyulika tugyogerako nti eŋŋoma yeetuze. Okuzzaako eddiba eddiba eppya nakyo kiyitibwa kuleega eŋŋoma.

Omutimbagano—mu lulimi Olungereza ye *internet*, eno y'enkola ey'ebyempuliziganya empya abantu kwe bawaanyisiganyiza ebirowoozo n'empuliziganya nga beeyambisa ebyuma bi kalimagezi (computer) n'amasannyalaze agatambuza ebiwandiiko.

Omusambwa—omwoyo gw'omuntu eyafa edda ogulabikira mu kifaananyi ky'ekitonde ekirala, okugeza ng'ekisolo, omuti, ejjinja oba ekyewalula kyonna

Omusebeyi—omukazi awasibwa n'agattibwa ku yasooka oba abaamusooka mu ddya, oluvannyuma ne baba babiri oba basatu mu ddya.

Omwanawaabo—muganda w'omuntu bwe bazaalibwa kitaabwe omu.

ENNYANJULA

Ekitabo kino ekituumiddwa **Ensibuko Yaffe Abaganda,** *kitegekeddwa mu mitendera esatu. Omutendera ogusooka gutegekeddwa okuyamba omwana Omuganda ali wakati w'emyaka omunaana n'ekkumi n'omusanvu asobole okumanya ebyo ebifa ku nsibuko yaffe Abaganda okutuukira ddala ku mulembe gwa Ssekabaka Kintu.*

Omutendera ogwokubiri gutegekeddwa okusomesa omuntu akuze okuva ku myaka ekkumi n'omunaana n'okweyongera waggulu. Mu kitabo ekyo omusomi ayongera okusoggolerwa ebyo ebifa ku nsibuko y'ebintu Buganda n'Abaganda kwetutambulira n'amakulu agabirimu.

Omutendera ogwokusatu era nga guno gwe gusembayo, gutegekeddwa okubangula abo bonna abasomi b'ebyafaayo abaagala okukenkuka mu byawandiikibwa n'abaluubirira okufunamu amabaluwa.

Abaatusooka baali tebamanyi kuwandiika kyokka ebyafaayo byabwe byabeeranga mu mitwe gyabwe era nga bagenda babibuulira abaana n'abazzukulu ne bigenda nga biranda mu mitwe gy'amazadde gaabwe. Kyokka okusoma bwe kwajja, buli awandiika yeeyamba ebyo ebyafaayo ebyawandiikibwa mu mitwe gy'abedda.

Ekitabo kino mmaze ebbanga nga nkiwandiika olw'okubanga kibadde kinneetagisa okukola okunonyereza ku bintu n'ebyafaayo byaffe Abaganda eby'enjawulo. Ekigendererwa ky'ekitabo kino kwe kufuna eky'okuddamu ku bibuuzo omwana Omuganda ow'omulembe guno ogumanyiddwa mu lufuutifuuti nga **dot.com** *(n'abo abatali Baganda naye nga bazaaliddwa mu Buganda, oba ng'omu ku bazadde be nga Muganda, oba n'abalala bonna abanyumirwa era abaagala okumanya ensibuko y'eggwanga ly'Abaganda) by'ayinza okubuuza. Nange ku myaka gyange gyennina egitali mimpi nnyo,* *nneesanga nga nfuna okusomoozebwa ku ebyo ebyatusomesebwanga (era na kati ebisomesebwa) mu masomero ebikwata ku Buganda n'obulamu bwa Ssekabaka Kintu.*

Ebimu ku bibuuzo ebinaddibwamu mu kitabo kino bye bino:

1. *Abaganda twava wa?*
2. *Lwaki tuyitibwa Abaganda?*
3. *Ebintu bye tukozesa mu Buganda byafuna bitya amannya gaabyo?*
4. *Ddala kituufu nti Ssekabaka Kintu yava Abisiniya, Mujaluwo oba yava mu Ggulu n'akka ku nsi?*
5. *Kabaka Bbemba Musota yali muntu Omuganda oba gwali musota?*

Oluvannyuma lwa Katonda okutonda ensi n'abantu abagirimu, ebyafaayo bya Buganda byasomesebwa emigigi egizze gyegoberera nga tewali musomesa mulala wabula abazadde ne bajjajjaffe bennyini. Eno era y'engeri emu n'ebyafaayo by'amawanga ag'ebunaayira gye byakuumibwamu era ne bisomesebwa abaana n'abazzukulu baabyo ab'emigigi egigobereragana.

Ekitabo kino kiwandiikiddwa kisobole okuyamba omukulu n'omuto, n'okutereeza ebyafaayo by'entandikwa ya Buganda n'Abaganda ebiyinza okutubulako singa tetwegendereza n'okufaayo ennyo okubikuuma obutiribiri ng'akalira.

Robert M.F.O. Nviiri

Kyaddondo, Buganda,

Uganda

2012

ESSUULA 1

Abaganda twava wa?

Kigambibwa nti eggwanga lyaffe Abaganda lyasooka kubeeramu abantu batono ddala abaali bamaamidde ekitundu ky'ensi eyamanyibwa nga Muwawa nga bava mu bizinga by'e Ssese. Abantu abo abaamanyibwa ng'Abatakansi oba Abalasangeye olw'okuyigganga engeye ze baggyangako amaliba ag'okwambala n'okweyambisa mu mikolo emirala baayunguka ennyanja Nnalubaale ne bagumba ku lukalu lw'ensi eyali omuwawa nga temuli bantu. Ensi eyo baagituuma Muwawa.

Mu nsi Muwawa, nga tennaba kutuumibwa Buganda, okuva edda bajjajjaffe baalinawo entegeka y'enfuga naye nga tefaanana ng'eno ey'Ebika eriwo kaakano. Mu biseera ebyo, buli muntu yeronderanga ekika ekikye ky'ayagala era nga si tteeka nti nga bw'azaala abaana, abaana abo babeera ba kika kye. Omwana yasobolanga okutwala ekika kya nnyina oba okwetonderawo ekirala kyonna ky'asimye okusinziira ku nsonga emu oba endala, okugeza nga yeegombye ekintu ekyo oba ng'agezezzaako okukirya kyokka ne kimulwaza.

Bajjajjaffe abaatusooka beerondangamu abakulembeze okusinziira ku migezo (ebika) gyabwe era nga omu bw'akoowa nga tekimulobera kuva ku bukulembeze Abataka basobole okulonda omukulembeze omuggya. Oluusi Abataka baamalanga n'ekiseera ekiwanvu nga tebalina mukulembeze nga balaba nti basobola okwefuga nga bekuuma mu butebenkevu awatali kuwalaggana n'okuyayaanira obukulembeze. Ekirala eky'ekyewuunyo ku bajjajjaffe ab'omu biseera ebyo kye kino nti omwana yasobolanga okukulembera abakulu abamuzaala wamu ne bajjajjaabe ate oluvannyuma n'ava ku bukulembeze abakadde abamuzaala ne babaka obukulembeze. Kino tukiraba ku bakulembeze ne Bassekabaka Mbaale eyasooka jjajjaawe Tonda Owengo okufuga ne Bbemba eyafuga nga jjajjaawe Kirulu Mukalazi w'ali.

Emigezo esatu egy'Abaganda

Emigezo gy'Abaganda egivunaanyizibwa okubanga Obuganda giri esatu, era gye gino:

1.) **Abalamba**—Bano be bantu abeekolamu omulimu mu abo abaava e Ssese nga bagenda batuuma ebintu byonna amannya era nga bagenda babiramba okusobola obutabyerabira. Bano era be baavaamu ekika ekyamanyibwa ng'eky'Abalangira ekikulembeze.

2.) **Abalanzi**—Bano be baalina omukisa ogw'enjawulo ku abo abaava e Ssese ogw'okwogeraganya ne Katonda*[1] by'ayagala abantu be bakole. Okufaananako nga ne bwe tusoma mu bitabo Ebitukuvu ebyawandiikibwa abantu b'omu masekkati g'ensi z'ebuvanjuba (Middle East), Abaganda ab'edda nabo baafunanga obubaka butereevu okuva ew'Emyoyo egifuga (Supernatural) obutonde n'ebitonde.

3.) **Abasiige**—Bano be baakwasibwa obuvunaanyizibwa obw'okuvumbulanga ebyokulya n'eddagala eriwonya endwadde nga banonooza buli kimu ekyasangibwanga mu nsi Muwawa nga bakigeraageranya ne bye baali bamanyi e Ssese. Bayitibwa basiige kubanga baagendanga basiga ensigo z'ebimera ze baggya e Ssese wamu n'ezebyo bye bavuumbudde mu nsi Muwawa nti biriibwa oba biriko eddagala eriwonya endwadde. Omugezo guno nate era gwawulibwamu ebika by'abantu ebirala bisatu, nga bye bino:

   i)   *Abasiige ab'empewo*—abasawo n'abalaguzi/abalanzi abafuna obubaka okuva ew'Emyoyo egifuga obutonde n'ebitonde

---

[1]   `Erinnya 'Katonda' lya dda nnyo nga n'eddiini y'Ekikristo tennaba kujja mu Buganda. Lye limu ku mannya Abaganda ge baawa Lubaale/Omwoyo ogulyowa abantu mu buli kye bakola. Amannya amalala ge ga Ddunda, Nnamugereka, Kazooba, Ssewannaku n'amalala*

ii) *Abasiige abagalagala ab'omu Lubiri*—bano bava mu bika by'Abaganda ebyalondebwa okukola emirimu mu mbiri naddala ogw'obukuumi

iii) *Abasiige abalondebwa Kabaka*—bano be basajja n'abakazi ba Kabaka abaweebwa obwami okukola emirimu gy'obukulembeze mu Bwakabaka

Ensi Muwawa efuna erinnya Buganda

Oluvannyuma ng'abantu abaava e Ssese bamaze okwala mu nsi Muwawa, waliwo omukulembeze gwe baalonda eyayatiikirira ennyo wamu ne mutabani we gwe yayagala ennyo era naye eyakola ebyewuunyo eby'amaanyi. Omukulembeze oyo yali ayitibwa *Ggulu Wemba Ssekugulu-kumu ow'omunaana (VIII)*. Ekyamufuula ow'ettutumu kwe kugatta abantu bonna abaali baava e Ssese okulya ensi Muwawa kyokka nga buli omu ali mu matwale ge. Ggulu Wemba Ssekugulu-kumu ow'omunaana (VIII) kwe kuleeta ekiteeso nti kyandibadde kirungi abantu bonna okubeera awamu oba wakira okubeera wansi w'omukulembeze omu basobole okwetaasa ensolo enkabwe n'abalabe baabwe mu ngeri ennuŋŋamu. Yawa eky'okulabirako nti bw'osiba ekiganda ky'enku kikubeerera kizibu okuzimenyamu nga tosoose kusowolamu oluku lumu ku lumu. Yagamba banne nti bw'ogenda okuŋŋaanya ebinywa by'enku n'oluvannyuma n'ofuna omuganda gw'enku, omuganda ogwo gubeera muggumivu bulungi era nga mugumu nnyo.

Abantu bwe baawulira ebigambo bya Ggulu Wemba Ssekugulu-kumu ow'omunaana (VIII) ne balaba nga by'amagezi malungi, kwe kusalawo okumuwa obukulembeze abeere omuntu asoose okukulembera ebibinja byabwe ebyenjawulo. Olwokubanga Ggulu Wemba Ssekugulu-kumu ow'omunaana (VIII) yali muntu wakisa era ayanguyirwa bantu banne, baatandika okumunyumyangako ng'omusajja eyaleeta eŋŋombo nti akati akamukamu ke kakola obuganda obukola omuganda ogutamenyekamu. Mu kuzannyikiriza ebigambo "obuganda" ne "omuganda" abantu kwe kumutuumira ddala Ow'obuganda n'oluvannyuma erinnya eryavaamu Buganda ate ne limukalirako ddala. Olw'obwatiikirivu bw'obukulembeze bwa Buganda mu bitundu by'ensi yonna Muwawa, abantu baamu baasalawo okugimubbulamu erinnya lye eppatiike era okuva olwo ne batandika okugiyita Muwawa ya Buganda. Oluvannyuma olulimi bwe lwagenda lukula nga boogera bayanguyiriza, n'eyitibwanga Muwawa Buganda, ko abamu nti Buganda Muwawa, okutuusa Abataka lwe baasalawo eyitibwenga Buganda kyokka, ate bbo era mu kusaaga ne beeyita Abaganda abakola obuganda bwa Buganda obutamala gamenyebwamu omulabe waabwe, nagunogujwa.

Abaana b'enda ya Nnakalaama

Abaana abazalibwa ku luggya olumu, oba nga kitaabwe omu, beeyogerako ng'abaana ab'enda ya Nnakalaama. Kino Abaganda ab'edda baakikola olw'obutayagala nnyo omuntu okweyogerako mu ngeri eya kyemanyiikiriza ku baana ne baganda be, kale nno kwe kukozesa enjogera "Tuli baana ba nda ya Nnakalaama". Olw'okubanga Abaganda ob'emirembe egyaddirira ogwa Kintu baakitwala nti bonna baana n'abazzukulu ba Kabaka kintu, Abaganda kyetuva tweyogerako nga abaana b'enda ya Nnakalaama.

Eddiini ey'Ekikristo bwe yajja mu Buganda, oluvannyuma lw'okunnyikira eddiini Enkatoliki, Stanislaus Mugwanya ye yasooka okugunjawo enjogera eyo okutwaliramu ekibiina ekinene eky'abasomi nga yeesigama ku Bayibuli Abakristo mwe bakkiririza nti fenna Katonda Kitaffe ali omu n'olwekyo fenna tuli baana b'enda ya Nnakalaama.

ESSUULA 2

Eŋŋoma n'Omuganda

Eŋŋoma Efuuka Akabonero k'Abaganda

Mu Buganda, Eŋŋoma eraga oba etegeeza kiki ggwe ky'oli ng'omuntu, era nga kano ke kabonero (National Symbol) ak'omuntu Omuganda, kale nno kye tuva tuwa eŋŋoma ekitiibwa.

Eŋŋoma ennamu (etabotose oba okwabika/okwetuga) bw'etayogera, ewuuna oba erawa. Bajjajjaffe beeyambisa eŋŋoma okuwa obubaka obw'enjawulo nga bagyogeza mu ngeri ey'enjawulo, era bwe batyo ne bafuula eŋŋoma okuba akabonero k'obulamu bw'omuntu Omuganda.

Engalabi yo eseka busesi oba esebbuka busebbuusi. Engalabi yo terina bubaka bw'ewa wazira okweyambisibwa ng'ekivuga eky'okwesanyusaamu.

Amaloboozi g'eŋŋoma:

Omubala—Buli ŋŋoma ekubibwako omubala gwayo gwokka, tewali ŋŋoma ebeera n'omubala ogusukka ku gumu era wano we waava enjogera egamba nti: *"Twogera matume ng'eŋŋoma."*

Entandikwa y'eŋŋoma

Edda ennyo mu mirembe gya Buganda Muwawa, waaliwo enjazi buli maboneka g'omwezi (*Amasumi*) ezaavangamu amaloboozi, nga kigambibwa nti zaalinga zeekuba zokka mu kunyumya oba okwesanyusamu zokka na zokka nga zijaguza. Oluvannyuma, Abaganda abaaliwo mu biseera ebyo nga baluŋŋamizibwa empewo za balubaale abaafuganga Buganda Muwawa; baafuna amagezi agasobola okuggya agamu ku maanyi ago agaali mu njazi ne bagateeka mu bintu bye baali balagiddwa okubajja n'okuwuunda oluvannyuma ebyaweebwa erinnya *Eŋŋoma.* Empewo (spirit) ebeera mu ŋŋoma era egifuula kiki ky'eri oba okugyawula ku ŋŋoma endala, eyitibwa *Kagoma.* Wano we wava erinnya *Eŋŋoma* era n'enjogera egamba nti: *Kagoma ka ŋŋoma, kamanyibwa muleezi.* Omuleezi lye linnya ly'omuntu akola, addaabiriza n'okuleega eŋŋoma.

Eŋŋoma Eŋŋanda

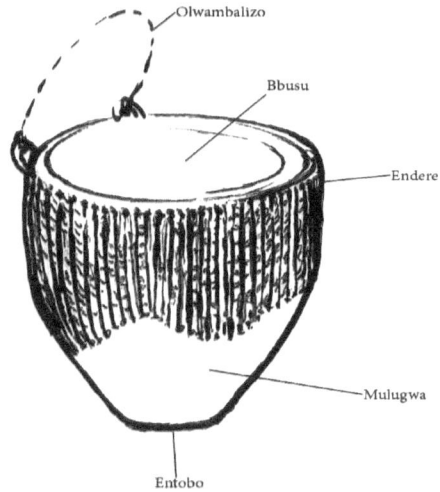

Ebikola Eŋŋoma

1. Amaliba—gano gabeera abiri (2) ag'enjawulo;
2. Enderé—buno bwe bugwa obuleega eddiba erya waggulu (*bbusu*) ku mulugwa gw'eŋŋoma n'eddiba erya wansi;
3. Omulugwa—omuti ogubajjiddwa ne guwawulwa abaleezi kwe baleega amaliba;

4. Empami—amatu agateekebwa ku ŋŋoma okusobola okuyisaamu olwambalizo olusitula eŋŋoma ng'omugoma agikuba oba okugiggya mu kifo ekimu;

5. Olwambalizo—olukoba oluyisibwa oba olusibibwa mu mpami okusobola okusitula eŋŋoma

6. Akagoma—omwoyo oba empewo eteekebwa mu ŋŋoma ng'omuleezi agireega. Kino ky'owulira ng'akayinja akanyeenya singa oba onyenyeeza eŋŋoma.

Eŋŋoma wansi waayo wayitibwa *ntobo* ate waggulu ku ngulu wayitibwa *bbusu*.

Eŋŋoma za Buganda

Eŋŋoma ya *Kabaka Mujaguzo* eyitibwa *Kawulugumo*—Eno y'eŋŋoma ya Buganda ey'omwoyo efuga Obuganda. Yo tevaawo; Kabaka ow'ennyama (*flesh*) akisa omukono ne kuddako omulala kyokka Ye *Mujaguzo* tavaawo era y'ayazika obuyinza Kabaka ow'ennyama okusobola okumulamulirako Obuganda. Kabaka ow'ennyama bw'akisa omukono ng'olwo obuyinza bwonna buddira Kabaka ow'omwoyo, Mujaguzo, olwo n'addamu okukuuma Obuganda. Eno y'ensonga lwaki Omulangira yenna anaasikira Obuganda okusobola okumukakasa nti afuuse Kabaka, alina okusooka okuleega n'okukuba ku *bbusu* bw'eŋŋoma Kawulugumo eya Mujaguzo. Era eno y'ensonga lwaki eŋŋoma Kawulugumo eya Mujaguzo ekuumibwa abambowa abakambwe mu Lubiri olwayo ku bwayo era ke katanda omulangira yenna ne yeesaaza mu Lubiri luno, omulangira oyo akwatibwa n'attibwa kubanga kiba nga ekiraga nti omulangira oyo abadde asooberera Mujaguzo asobole okukuba ku bbusu bwe olwo alangirirwe nga Kabaka wa Buganda. Mujaguzo era y'emu ye *Kabulindidde*, eyingiramu eŋŋoma eziwera era ng'eŋŋoma eyasooka okuleegebwa Ssekabaka Kintu y'eyo eyitibwa *Kyebabona* (eno kati ya Babutiko). Ssekabaka Kateregga, Kabaka ow'ekkumi n'abana okuva ku Kintu naye yaleega eŋŋoma endala gye yatuuma *Kawulugumo* ng'eyanukula okuwuluguma kwa Kabaka Mujaguzo okwavanga mu njazi, nayo n'agiyingiza mu ŋŋoma za Mujaguzo. Eno kati y'eŋŋoma enkulu eya Mujaguzo.

Oluvannyuma Ssekabaka Ndawula (Kabaka wa Buganda ow'e 19), yaleega eŋŋoma endala gye yatuuma *Nnamanyonyi*, nayo n'agiyingiza mu Mujaguzo. Nnamanyonyi nayo yafuuka ŋŋoma nkulu nnyo bwe yafuuka mukyala wa Kawulugumo. Eŋŋoma eziyingira mu mwanjo gwa Mujaguzo nnyingi nnyo, ziwerera ddala nga 428 n'omusobyo. Omutaka avunaanyizibwa Mujaguzo ayitibwa Kawuula era ava mu Kika ky'Olugave.

Buli awali amasiro wabeerawo omwanjo gwa Mujaguzo n'emigudo (sets) gyayo era ne Kawuula w'omu Masiro ago alabirira emigudo egyo. Kawulugumo bw'efuna olubiri lwayo erina kuwuunira mu Lubiri lwa Kabaka alamula Obuganda oba mu mbuga Kabaka w'anaalabikira eri Obuganda wokka. Ebifo ebirala byonna Kawulugumo teteekeddwa kulabikirawo, kizira. Abavunaanyizibwa eŋŋoma za Mujaguzo babeera bansikirano nga bava mu Bika ebyenjawulo naye ng'abakulu bava mu Kika ky'Olugave.

Emibala

Buli kifo Kabaka w'alangirira omubala (motto/slogan) waleegebwawo eŋŋoma, okugeza; *Ssaagala agalamidde! Ggwanga mujje! Ajeemera Maganda agenda Bunyoro* (eno yaleegebwa Kabaka Mwanga II okutegeeza nti Kabaka tajeemerwa be ppo ng'olina eggwanga eddala ly'onowaŋŋangukiramu. Eŋŋoma eno era ye yakozesebwanga okugera ebiseera abantu mwe bakolera emirimu n'okuwummula okugeza, okulanga essaawa y'ekyemisana, okuva ku kyemisana n'okunnyuka emirimu. Omugoma waayo ayitibwa omusiige *Kajunda*—Chief Time Keeper), *Buganda Bumu!* (eno yaleegebwa Kabaka Ronald Mutebi II era n'agitongoza nga 21 Museenene 2011) Waliyo n'emibala emirala. Omuganda bw'aba yeeyogerako ng'akuba omubala gw'Ekika kye, tukiyita *Okuyamira*.

ESSUULA 3

Entandikwa y'Obwakabaka mu Buganda

Nga bwe twasomye mu ssuula ey'olubereberye (1), Obwakabaka mu nsi yaffe Buganda bwa dda nnyo (yadde nga tebwasooka kuyitibwa Bwakabaka) era n'abantu abakulembeze bannannyini nsi mu kiseera ekyo, Abataka abakulu, baatulanga ku *Biwu* (ekimu kiba-Kiwu) nga ne Kabaka kwatuula mu mirembe gino gyetulimu, era nga be bannyini Nnyonjo n'ebikomo. Abataka bano baawanga omukulembeze waabwe (Kabaka) ebivuga okumuvugira ebyavanga ku Batakansi. Ebimu ku bivuga bino mwe mwali:

1.) Eŋŋoma Entamiivu;
2.) Entenga;
3.) Eŋŋoma Nakawombe

Abawandiisi b'ebyafaayo bya Buganda abasinga obungi, okugeza nga Omungereza Rev. Joe Roscoe, Rev. Bartholomew Musoke Zzimbe, Sir Apollo Kaggwa, tebaawandiika nnyo ku bassekabaka baffe abaasooka nga Kabaka Kintu tannaba kulya ŋŋoma ya Buganda kubanga abamu baali balubaale abaatuzanga abakulu b'Ebika mu nsonga okugeza; ng'okulonda mwana w'ani anaalya Obwakabaka. Ku lwange ndowooza nga kino kyandiba nga kyava ku ddiini empya ey'Ekikristo okutwala ebya Balubaale nti bya Setaani kale nga tebaagala kubyesembereza. Naye bwe tuba bakukuuma ebyafaayo byaffe mu bugagga bwabyo, tetusaanye kusuula kintu na kimu muguluka. Ne mu bitabo Ebitukuvu, abantu abaakyusa obulamu bwabwe nga mu kusooka baali bakafiiri tekyalobera bawandiisi ba bitabo ebyo Ebitukuvu okuwandiika ebyafaayo by'abantu abo nga bakyeyisa mu ngeri enkafiiri.

Obwakabaka kigambo kya luvannyuma nnyo nga erinnya "Kabaka" limaze okuteekebwawo. Mu kusooka Obwakabaka nga bwe tubumanyi kaakano bwalinga kifo mu nsi Muwawa ekyafugibwanga oba ekyakulemberwanga omuntu alondeddwa Abataka nga baluŋŋamizibwa Balubaale. Nga bwe twalabye mu ssuula esooka, olubereberye mu Buganda abafuzi balondebwanga okusinziira ku kusalawo kw'Abataka era nga n'abamu bavangako ku bukulembeze ne balekera abalala nabo bafugeko. Waaliwo okussa ekimu kale nga eby'obukulembeze tebikaayanirwamu okutuusa mu myaka emivannyuma ennyo.

Olw'eddiini engwira ezajja oluvannyuma mu Buganda nga zivumirira eby'okukkiririza mu Balubaale, kale buli omu eyasoma n'akkiririza mu ddiini empya yatyanga okuwandiika ku Balubaale ng'abafuzi ba Buganda abaasooka.

Naye ebyafaayo bye byafaayo, n'omusango omukadde gwe gusala omupya. Kale nno mu ssuula eno tugenda kusoma ne ku bakulembeze ba Buganda abaali Balubaale ng'era ne mu bitabo Ebitukuvu bwe tusoma ku bakulembeze abakkiririzanga mu Balubaale. Kino kijja kuyamba okuwa omusomi ekifaananyi ekijjuvu ku bigambo by'entandikwa y'Obwakabaka bwa Buganda, era kiggyewo ennyonta mu mitima gy'abamu ey'okwagala okumanya ddala kiki ekyo kyebatayagala tumanye ku bakulembeze abaasooka, ekintu ekiyinza okuvaamu ate omutawaana omunene ng'oli yenonyereza yekka okufuna ekyokuddamu (answer).

Ensibuko y'erinnya *Kabaka*

Omuliga Mbaale mutabani wa Ggulu Wemba Ssekugulu-kumu ow'omunaana (Buganda), omukulembeze w'ensi engatte Buganda owokubiri eyaddira kitaawe Buganda mu bigere, naye bwe yafa bazzukulu ba Buganda baateesa okwerondamu omufuzi anakuŋŋaanirwangako okusobola okugonjoola ensonga zaabwe. Olukiiko lwalonda Tonda okubeera omukulembeze w'Abaganda nga luno lwatuula Bugombe okumpi n'e Mabanga. Omufuzi oyo Tonda abantu ne bamuyitanga *"Magambo"* kubanga amagambo amanene (ensonga ennene) gonna gaaletebwanga gyali okuva buli ludda lwa Buganda. Tonda yasalanga ensonga ezaali ziremye Abataka okugonjoola. Oluvannyuma Magambo Tonda abantu kwe kumuyita *"Kabaka"* kubanga yabakanga kino na kiri okutangiranga entalo n'obwegugungo mu bataka ebyandibaluseewo okutataaganya emirembe mu nsi, n'emisango gyonna egyavanga ku buli ludda lw'ensi. Olw'okubanga Tonda era yeyakuliranga Abataka bonna, abantu kyebaava bamugattako n'erinnya erya *Ssaabataka.*

Abamu ku bakulembeze ne Bakabaka ba Buganda abaasooka

Ekikolo ky'olulyo lw'abakulembeze ne Bakabaka b'ensi engatte Buganda abaasooka kirimu Bakabaka abamanyiddwako kkumi na bataano. Abamu ku Bakabaka abo baali mpeewo/Lubaale ate abandi bo baali bantu ddala. Mu kusooka tekyali kya tteeka nti Kabaka alina kubeera mutabani wa Kabaka akisizza omukono, nedda, naye Abataka be baatuulanga ne beerondamu ani anabeera omukulembeze waabwe. Oluusi abaana baabwe baabasikiranga naye ate olumu Abataka ne balonda omu ku batabani oba bazzukulu baabwe okusikira Obwakabaka.

1) *Buganda*

Buganda yazaala abaana bangi abalenzi n'abawala era abaasinga okumanyika amannya gaabwe era nga bava mu bika ebikulu binnansangwa mu Buganda be bano:

1. Mbaale Owendiga
2. Owa Katinvuma (erinnya teryafunibwa)
3. Walusimbi Oweffumbe
4. Ndugwa Owolugave
5. Kawooya Bakazirwendo Owengeye
6. Tonda Owemmamba
7. Owennyonyi (erinnya teryafunibwa)
8. Owenkuku (Lumere)
9. Owengo (erinnya teryafunibwa)

Abaana abo bonna Buganda yabazaalira mu kifo e Mbaale mu Mawokota. Abantu abo beeyitanga Abalasangeye. Abaana abo be baazaala Ebika ebikulu binnansangwawo era n'Ebika ebirala mwe byasibukanga ng'abantu bamaze okwala ne beyawula ku bannaabwe. Ate Ebika ebirala byajjanga nga biva mu mawanga ne basenga mu Buganda olw'ensonga ezitali za ngeri emu ne bafuukira ddala Abaganda. Ebika ebimu byajja ne Kintu nga akomawo e Buganda okuva mu Abisiniya (Ethiopia) kitaawe Lukiribi gye yabazaalira ne muganda we Wasswa Wunyi bwe yali agenze okutabaala Abalyamiti (abalyanga enkolimbo oba entinnamuti).

Buganda yawangaala nnyo n'okuzaala n'azaala abaana bangi ng'ali mu kifo e Mbaale. Buli omu ku baana be yafuna ekifo kye, kye yafuula obutaka bw'abazzukulu be. Mbaale n'asigala ne kitaabwe Buganda era n'agulumira ne boogeranga nti: *Buganda ne Mbaale!* olw'ensonga ze baabanga baleetedde abakulu abo bombi.

2) Mbaale

Ebitonotono ku Mbaale

Nga bwe twalabye, Mbaale mutabani wa Ggulu Wemba Ssekugulu-kumu ow'omunaana (VIII) oluvannyuma eyatuumibwa erinnya erya Buganda. Olwatuuka nga Mbaale agenda eri jjajjaawe Tonda Owengo ng'amugamba nti: "Jjajja, njagala kuwangaala, saagala kuzaala." Jjajjaawe Tonda kyava amugamba nti: "Genda omire akayinja ak'embaalebaale olwo olyoke owangaale". Mbaale naye bwe yakola, era n'atazaala okumala ekiseera kiwanvu. Kigambibwa nti nno wano we waava erinnya lye okufuuka Mbaale—omuntu eyamira akayinja k'embaalebaale okwegema okuzaala, erinnya lye eryasooka terimanyiddwa bulungi.

Kyokka oluvannyuma olw'okuwangaala ennyo, Mbaale okuwangaala yakukyawa bwatyo n'ayagala okuzaala abaana*². Mbaale yaddayo ewa jjajjaawe Tonda n'amugamba nti: "Jjajja, njagala kuzaala". Ko jjajjaawe nti: "Genda wegoge akayinja ak'embaalebaale ke wamira, naye wegogera ku kifugi ku makya ng'omaze okunaaba mu maaso, n'oluvannyuma okandetere". Mbaale naye bwatyo bwe yakola, era Tonda bwe yakafuna n'agamba Mbaale nti: "Ddayo ozaale omwana, bw'aliba ow'obulenzi olimutuuma erinnya lye Kalyesubula*³, naye tomulekanga awaka yekka". Mbaale bwe yaddayo ng'azaala omwana mulenzi era ng'amutuuma Kalyesubula. Lumu nga Mbaale alekeraawo okuyitanga ne Kalyesubula nga jjajjaawe Tonda bwe yamulumiriza, era ekyavaamu nga omwana alwala ng'afa! Mbaale kwe kuddayo eri jjajjaawe Tonda n'amubuulira ng'omwana bwe yamufaako. Ko jjajja nti: "Nakugamba okutambulanga na ye! Kale ddayo ozaale omwana omulala, bw'alibeera ow'obulenzi omutuumanga erinnya lye Buvi. Naye otambulanga na ye!" Mbaale ng'addayo eka era ng'azaala omwana omulenzi ng'amutuuma Buvi. Ono yatambulanga na ye wamu n'endiga ye, era wano we waava enjogera egamba nti: *Ebigwa tebiraze, Wandiga atambula n'omwana we!* Mbaale era ng'azaala n'omwana omulala nga amutuuma Bbosa Kitavujja. Kitaawe wa Mbaale, Buganda, yawa muzzukulu we Bbosa Kitavujja akuume oluzzi lwe *Kaduumya* olusangibwa ku mutala Sseenene mu Mawokota. Era yamuwa n'ensaamu ey'ekikomo wamu n'eŋŋoma *Entamiivu* emuvugirenga. Mbaale yazaala omwana omulala omulenzi n'amutuuma Namuguzi, oluvannyuma eyatandikawo ekika ky'Empologoma. Mbaale yazaala n'abaana abalala omulenzi Ndalu n'omuwala Nambi.

---

²   Waliwo olufumo olulala olulaga nga Mbaale bwe yafuna amagezi ag'okuzaala omwana oluvannyuma lw'okumala ebbanga eddene nga tazaala. Mu lufumo olwo, Omugave Ndugwa yeyalagirira Mbaale ewa Wannema e Ssese okusobola okufuna eddagala erinaamusobozesa okuzaala.

³   Mu lufumo lwa Ndugwa okulagirira Mbaale e Ssese ewa Wannema, Wannema yawa Mbaale obusigo era n'amulagira okubusimba mu luggya n'oluvannyuma yegatte ne mukazi we. Singa obusigo bumera mukyala we n'azaala omwana omulenzi, yali alina okutuuma omwana oyo erinnya lye Kalyesubula. Obusigo bwameramu omuti gw'omuvule era Mbaale bwe yazaala omwana omulenzi, omuti nagwo n'agutuuma Kalyesubula, amakulu nti yeeyubulidde mu muti ogwo.

Buganda bwe yafa, mutabani we oyo Mbaale n'amusikira. Kale olw'okusikira kitaabwe, Mbaale n'aweebwanga ekitiibwa kinene nnyo eri abaana n'abazzukulu ba Buganda ate nga nabo baali baaze nnyo. Olwo Mbaale n'atandika okumwanga ejjoba era n'awangaala nnyo. Buganda yaziikibwa Kiwawu era awo abaana n'abazzukulu abaasigala jjajjaabwe weyaziikibwa kwe kubayitanga Abaganda ab'e Kiwawu, so nga bonna bazzukulu ba Buganda e Mbaale mu Mawokota.

Oluvannyuma bazzukulu ba Buganda ab'Ebika binnansangwa ne bateesa okwogerera awamu nti: Omuganda wawu ow'e Mbaale*4. Ekyo baakikalangula okuwa ebifo byombi (Mbaale ne Kiwawu) ekitiibwa awaali amaka ga jjajjaabwe e Mbaale era ne weyaziikibwa e Kiwawu, wamu n'okwemanyisa nti bonna baava mu muntu omu—Buganda ow'e Mbaale mu Mawokota. Eky'obutalaba malaalo ga Buganda temukyewuunya kubanga abantu abakulu ennyo ab'edda abaasooka bwe baafanga tebaabaziikanga mu lwatu n'okulaga amalaalo gaabwe, wabula baagambanga nti *Gundi* yabula. Ekyo baakikolanga abantu baabwe baleme kutya nnyo era n'abo abaafugibwanga baleme kujeema okutuusa nga wateekeddwawo omukulembeze omulala.

3) *Kabaka Tonda*

Mbaale bwe yafa, yaziikibwa mu lwatu era n'amalaalo ge gasangibwa awo okumpi n'Ekkanisa y'e Mbaale ku kkubo awali akasaka. Mbaale ng'afudde, bazzukulu ba Buganda baateesa okwerondera omufuzi anakuŋŋaanirwangako ensonga zaabwe. Olwo ne beerondera Tonda ow'e Butonda Ntono ow'omu Kika ky'Engo so ssi mutabani wa Buganda Owemmamba. Era ne bateesa nti buli mwana ow'omu lulyo lwa mutabani wa Buganda beeyitenga ab'Ekika kyabwe nga bassaawo n'akabonero kwe bakakasiza nti beddira muziro Gundi.

4　　Ekifo Mbaale ne Buganda gye baaberanga kyayitibwanga Mbaale olw'okubeeramu amayinja ag'embaalebaale amangi. Ekifo kino kikolebwa ensozi kkumi na lumu (11) so tekuli lusozi na lumu oba ekifo ekiri awo ekimu ekiyitibwa Mbaale, wabula ensozi zonna zezikola ekifo ekimanyiddwa nga Mbaale ekisangibwa mu Mawokota okumpi n'ekibuga ky'e Mpigi.

Omuziro, amakulu kwe kuzira ekintu n'ogaanira ddala okukirya ne bazzukulu bo bonna n'abaliva mu lulyo lwo lwonna oluvudde mu ggwe. Tonda ye mukulembeze wa Buganda eyasooka okuyitibwa erinnya erya "Kabaka" nga bwe twalabye waggulu.

4) *Kabaka Ggulu*

Kabaka Tonda bwe yafa, mutabani we Ggulu n'amusikira, era oyo ye yazimba Olubiri e Nanzigu, Sseenene—Mbaale mu Mawokota.

5) *Kabaka Kagulu*

Kabaka Ggulu bwe yafa, mutabani we Kagulu n'amusikira era nga ono ye yazaala Laba eyajja alanda ku bufuzi bw'e Buganda ne muganda we Lubaale eyavaamu olulyo lw'abafuzi b'e Ssese okutuukira ddala ku Wannema

6) *Kabaka Laba*

7) *Kabaka Lubaale*

8) *Kabaka Wannema*

Wannema yali mutabani wa Lubaale era ye yazaala Kiryasaka, Kkonge, Kyobe Kyomubazzi "Kibuuka" ne Mukasa, wamu ne Balubaale bonna be baakazaako erinnya erya Lubaale, ne babeeranga mu bizinga by'ennyanja oluvannyuma ekyagivirako okuyitibwa Nnalubaale.

Balubaale bano baabalibwa mu Kika kya Nkuku oba Nkejje era Balubaale b'ennyanja abasinga obungi kyebaavanga batanywa mwenge guyiisiddwa muwemba kubanga Enkuku efaananako n'omuwemba. Era omwenge gwabwe bwe *Bugeme*, nga guno gwe mubisi oguva mu mpirivuma ezibala ku nkindu. Kyokka Abaganda ab'oku lukalu tebaanyikirira nnyo kusogola Bugeme so nga mbu omwenge guno gwabanga muka nnyo!

9) Kabaka Kiryasaka

Kabaka Wannema bwe yava ku bukulembeze bwa Buganda, mutabani we Kiryasaka n'asikira Obwakabaka bwa Buganda.

10) Kabaka Kkonge

Kkonge yatabaala muganda we Kiryasaka n'amugoba ku Bwakabaka olwo n'afuuka Kabaka wa Buganda. Kino kyaviirako Abaganda abamu abaali abalwanyi ba Kiryasaka okuddukira e Ssese. Ssekabaka Kkonge yazaala abaana babiri bokka; Kiyuunikiriibwa-Omukulu ne Ssemwezi-Maganda.

11) Kabaka Ssemwezi-Maganda

Oluvannyuma nga Kabaka Kkonge akisizza omukono, mutabani we owokubiri Ssemwezi-Maganda yeeyamusikira era bwatyo n'alya Eŋŋoma ya Buganda.

12) Kabaka Kakukuso

Kabaka Ssemwezi-Maganda bwe yakisa omukono, mutabani we Kakukuso n'amusikira okubeera Kabaka owe kkumi n'abasatu. Kabaka Kakukuso yazaala abalangira basatu:

1. Namasera Mudondoli;
2. Bukulu; ne
3. Lukiribi.

Kabaka Kakukuso yawa mutabani we Lukiribi ekyalo Buwooya kaakano kye bayita Mako ekiri mu Ggombolola ya Ssaabawali mu Busiro.

13) *Kabaka Namasera Mudondoli*

Namasera Mudondoli ye yasikira kitaabwe Kakukuso n'alya Obwakabaka. Kabaka Namasera Muddondoli yazaala abana abalenzi babiri; Kati-Onsanze ne Bbemba. Bbemba yali muzzukulu wa Kirulu Mukalazi Kiggumba ate nnyina ye Mulole-Ntongo, muwala wa Kyabasinga ow'Olugave e Navvule, era mwannyina Mukiibi. Kabaka Namasera yatabaala nnyo mu Bukedi ne mu mawanga agaliraanye Bukedi naye bwe yayagala okulumba Abalyamiti (Abakolomojjo), yagaba muganda we Lukiribi. Omulangira Lukiribi yagenda ne mukazi we **Omusebeyi** ng'alina olubuto.

14) *Kabaka Kati-Onsanze*

Kitaabwe Namasera Mudondoli bwe yafa, mutabani we omukulu, Kati-Onsanze, n'amusikira kyokka n'afa nga tasobodde kuzaala mwana.

15) *Kabaka Bbemba Musota*

KABAKA BBEMBA MUSOTA

Olwokubanga Kabaka Kati-Onsanze yafa nga tazadde mwana, awo nno omwanawaabo Bbemba kwe kumusikira, kyokka teyasikira Bwakabaka mu kiseera ekyo. Obuganda bwalwawo okufuna Kabaka omulala. Ng'ebbanga liyise, Abataka abakulu baatuula okusobola okulonda mu baana baabwe oyo anaafuga Buganda. Omutaka Kirulu Mukalazi ne Bataka banne abakulu kwe kusalawo ne balonda muzzukulu waabwe Bbemba afuge Buganda. Bbemba yalonda kojjaawe Mukiibi okuba Katikkiro we.

Emitendera Bbemba gye yayitamu okufuuka Kabaka gyali mingi nnyo ng'ogumu kugyo kwali okuzimbira lubaale we ennyumba empya Bbemba mwe yayingira n'amwokeramu kyokka n'agifuluma nga tewali lulimi lwa muliro lumukombyeko! Era lubaale wa Bbemba yamuwa amayembe ataano (5) ge gano:

1.) Kitawuliramuliro;
2.) Kasiiku (lino litambulira mu musota ogw'enswera);
3.) Nnabunuunu;
4.) Nnangabo;
5.) Mmemera

Ejjembe Kasiiku lye lyamusiikulanga n'afuuka ekirala era n'atandika okunyaga baganda be n'okutta abantu. Kino kyaviirako abantu okumukyawa era n'abamu ne baddukira mu bizinga by'e Ssese wamu n'emmwandwa enkulu zonna. Abataka n'emmwandwa zonna kwe kusalawo balwanyise Bbemba, nga ne jjajjaawe Kirulu Mukalazi Kiggumba asazeewo ave mu muzzukulu we eyali atamye obugo. Ekyaviirako baganda ba Bbemba okusalawo okumulwanyisa kyali kino wammanga:

Okufa kwa Bbemba Musota

Buli Bbemba lwe yakyaliranga baganda be ng'alambula Obuganda, bwe yasitulanga nga basajja be banyaga baganda be. Abataka n'emmwandwa zonna kwe kusalawo balwanyise Bbemba, nga ne jjajjaawe Kirulu Mukalazi Kiggumba asazeewo ave mu muzzukulu we eyali atamye obugo. Wano Kirulu Mukalazi kwe kutumira abaana be ne bazzukulu be bonna ne bateesa okugoba Bbemba ku bwa Kabaka. Abana Kirulu be yatumira baali:

1.) Kiyaga Ssemubiru;
2.) Kiyaga Watwetwe;
3.) Ssebalamu Kasiga;
4.) Wannema;
5.) Mbuubi

Buganda Field Marshals Mufudu, Mannyowenu ne Kinyanku

Olutalo luno lwamala emyaka ebiri ng'eno bwe lusiriikirira ate ne luddamu. Abaasinga okulwana olutalo luno baavanga Ssese naye ng'enjuyi zombi zaali z'amaanyi naye oluuyi lwa Kirulu Nkosa Mbuubi ne Mayirwe Lubaale ze zawangula Bbemba n'attibwa. Abagabe abakulu abaalulimu be bano:

1.) Mufuddu;
2.) Mannyowenu;
3.) Kinyanku

Bbemba yali mulwanyi nnamige era yali muzibu okusiguukulula ku Nnamulondo. Naye yalina ekizibu ekyamuviirako okuwangulwa. Yayagalanga nnyo okufuna amaanyi ag'enjawulo n'ebitiibwa! Ab'eggye lya Mufuddu bwe baategeera obunafu bwa Bbemba we buli, kwe kukola ekkobaane ery'okumuwangula nga tebakekezza nnyago.

Baayunguka ku mwalo okuva e Ssese nga beefudde abagenyi ba Bbemba. Bbemba bwe yabaaniriza n'abawa ebisulo bamulabe enkeera. Buli omu ku bo yajja n'ekiwaawo ky'enfuddu era beebakanga nabyo emitwetwe. Bbemba bwe yabaketta n'alaba nga beebaka n'ebiwaawo by'enfuddu kwe kubabuuza ekibatambuzanga n'ebiwaawo by'enfudu.

ABAGABE BA BUGANDA ABAKULU

MUFUDU

MANNYO
WENU

KINYANKU

Wano nno nabo kwe kubuuza Bbemba nti: Mwe eno e Buganda mwebaka mutya? Ffe ewaffe bwe butuuka ekiro mu budde obw'okwebaka buli omu aggyako omutwe gwe n'aguttereka mu kiwaawo ky'enfuddu ate enkeera bwe bukya n'aguzzaako!

Bbemba yalaba nga kino kyali kya kyewuunyo nnyo era nga yandiyagadde okufuna amaanyi agaggyako omutwe gwe n'agusuza mu kiwaawo ate enkeera n'aguzzaako. Yasaba abagenyi bano oba nga kisoboka naye okusuza omutwe gwe mu kiwaawo ky'enfuddu nga bo. Baamuddamu nti "kisoboka". Ekyo olwaggwa nga Bbemba alagira abambowa ekiro ekyo okumusalako omutwe gwe asobole okugusuza mu kiwaawo ky'enfuddu. Abambowa tebaasooka kukikkiriza nti Kabaka waabwe yali asazeewo ekintu bwe kityo. Kyokka Bbemba n'abakayukira era okukkakkana nga Bbemba yeetaddewo nga bamutemyeko omutwe mbu bagusuze mu kiwaawo. Eyo ye yali enkomerero ya Bbemba, bwatyo n'afa Obuganda ne bumuwona!

Katikkiro Mukiibi bwe yalaba ng'olutalo terukyamugendera bulungi ng'eggye lya Mufuddu lifunye amaanyi agatagambika oluvannyuma lw'okuttibwa kwa Bbemba, kwe kussa wansi engabo n'eby'okulwanyisa. Katikkiro Mukiibi n'eggye lye badduka olwo ensi n'esigala ttayo kyokka nga ya ddembe. Wano Wannema kwe kutumira Kintu e Mangira mutabani we Kalamazi Musoke ng'awerekerwako Mukiibi eyali Katikkiro wa Bbemba. Jjajja wa Kintu, Kirulu, naye yatumira abaana be bonna abaali e Ssese n'abo abaali ku lukalu okujja bakuŋŋaanire e Kiyulwe.

Kintu yajja nga "Kapere" kyokka olwatuuka e Kiyulwe, Kirulu n'Abataka bonna ne bajaguza nga bwe bagwaŋŋana mu bifuba era awo Kintu we yatikkirwa Ejjoba ly'Obwakabaka bwa Buganda era eŋŋoma *Entamiivu* n'evuga.

Bassekabaka bano omwava olulyo Olulangira mwalimu basatu abaali balubaale:

1.) Wannema;
2.) Kiryasaka;
3.) Kkonge

Bonna awamu be Bassekabaka kkumi na bataano abamu ku abo abamanyiddwa abaasooka Kintu ku ŋŋoma ya Buganda.

ESSUULA 4

Ssekabaka Kato Kintu ne Buganda Empya

Ebyogerwa ku nsibuko ya Ssekabaka Kintu jjajja wa Buganda Empya

Waliwo bingi ebyogerwa era ebyawandiikibwa abantu ab'enjawulo ku nsibuko ya Kabaka Kintu. Mu ssuula eno tugenda okulaba enfumo ez'enjawulo ezigezaako okunnyonnyola nga Kintu bwe yajja mu nsi Buganda okufuuka Kabaka waayo n'oluvannyuma tunagezaako okulaba lufumo ki olulabika nga lwandiba olutuufu oba olukkirizikika okubeera olutuufu ku ntandikwa y'obulamu n'obufuzi bwa Kintu nga Kabaka w'Abaganda ab'omu Buganda empya.

Sir Apollo Kaggwa (Bassekabaka b'e Buganda)

Sir Apollo Kaggwa Guremye yawandiika mu kitabo kye *Bassekabaka b'e Buganda* nti Kintu yafuluma waggulu mu lubaale era nga Ggulu y'amuzaala (Omutwe 1, olup.1). Mu kino Sir Apollo Kaggwa aba atutegeeza nti Katonda ye yazaala Ggulu, n'olwekyo Kintu muzzukulu wa Katonda. Jjajja wa Kintu, Katonda, yagamba muzzukulu we nti, "Genda ku nsi ne mukazi wo Nambi ozaale abaana naye muganda wo Walumbe togendanga naye!" Era Apollo wano aba atutegeeza nti Kintu yajja musajja mufumbo, atali mwana enzaalwa eyo ku nsi!

M.C.M Gumikiriza (Primary History for Uganda—Book 1)

Mu kitabo kye *Primary History for Uganda—Book 1*, era nga kino kye kyeyambisibwa okusomesa abaana baffe mu masomero ag'omu Uganda n'emirirano okusoma ku byafaayo bya Uganda; Mwami Gumikiriza mu ssuula eyokubiri awandiika nti Abaganda bagamba Kintu ye muntu eyasooka mu nsi era yali agibeeramu yekka n'ente ye. Waggulu mu lubaale ye yali Ggulu, Kabaka waayo eyalina abaana abalenzi n'abawala abangi ennyo era abaateranga okukka ku nsi okugirambula n'okuzannyiramu. Lumu mbu mu baana ba Ggulu mwajjiramu omuwala alabika obulungi, amannya ge Nambi, eyalaba Kintu ng'ali mu kiwubaalo olw'obutaba na mikwano yadde ab'eŋŋanda ate nga mwavu lunkupe. Buli omu (Kintu ne Nambi) olwalaba ku munne ne basiimagana era ne bateesa bafumbiriganwe.

Nambi yasaba atwale Kintu mu lubaale ewa kitaawe Ggulu bamusabe abakkirize bafumbiriganwe. Bwe baatuuka mu lubaale, taata wa Nambi teyasooka kusanyukira kigambo kino kubanga Kintu yali musajja mwavu lunkupe atasaanira muwala we omulungi bwatyo. Ggulu kyeyava awa Kintu ebigezo ebikakali nga mu kino aluubirira okumulemesa okuwasa Nambi kyokka Kintu n'abivvuunuka, ekintu ekyewuunyisa ennyo Ggulu era olwo kwe kukkiriza Kintu awase Nambi. Nambi yatandika okweteekateeka era n'akuŋŋaanya ensigo z'ebimera ebyokulya wamu n'ebisolo n'ebinyonyi ebirundibwa ebiriibwa kubanga mu nsi Kintu gye yali abeera ebitonde ebyo tebyaliyo. Awo Nambi n'alyoka asiibula abaanababoowo era n'abagumya nti baali baanirizibwa okujja okumukyalira mu nsi Kintu gye yali amututte.

Kyokka omu ku bannyina ba Nambi, amannya ge Walumbe, yali aliko weyeebunguluddeko kale Nambi teyasobola kumusiibula, ekintu ekyaviirako Nambi okussa ekikkowe kubanga yali amutya nnyo olw'amayisa ge n'obukambwe bwe. Ggulu yalagira mangu Nambi ne Kintu baabulire olubaale nga mwannyina wa Nambi Walumbe tannaba kukomawo okuva gyeyali alaze era ne Nambi n'akola bwatyo. Kyokka baba tebannatuuka mu nsi ya Kintu, Nambi kwe kujjukira nti yali yeerabidde obulo bw'okuliisa enkoko ze era kyava asaba Kintu amukkirize addeyo mu lubaale okusobola okufuna obulo bw'enkoko ze.

Ebyembi Nambi aba anaatera okutuuka mu lubiri lwa kitaabwe, kwe kusisinkana mwannyina Walumbe! Nambi yatya nnyo kyokka n'akola oluggumuggumu obutalaga Walumbe nti yali amutidde. Walumbe bwe yabuuza Nambi wa gye yali alaga mu bwangu obusukkiridde, Nambi teyasooka kwagala kumubuulira kituufu kyokka Walumbe n'akambuwala nnyo era Nambi n'awalirizibwa okutegeeza Walumbe ekituufu. Walumbe yakkiriza Nambi okweyongerayo mu nsi ya bba, Kintu, kyokka n'amusuubiza nti lumu agenda ku bakyalira!

Oluvannyuma Walumbe yatuukiriza ekisuubizo kye era n'ajja okukyalako ewa Nambi ne mukoddomi we Kintu, ekintu ekyanyiiza ennyo kitaabwe Ggulu. Ggulu kyeyava alagira mutabani we Kayikuzi okugenda okukomyawo Walumbe bunnambiro. Naye Walumbe yaziimula ekiragiro kya kitaabwe era Kayikuzi kwe kunyiiga ne batandika okulwana ne Walumbe. Walumbe bwe yalaba nga Kayikuzi anaatera okumusinza amaanyi, awo kwe kumwetakkuluzaako n'adduka era bwe yatuuka e Mityana mu kifo ekiyitibwa Ttanda awaali empompogoma n'ennyanga empaavu ennyo, kwe kwesogga omwo ne yeekweka. Kayikuzi yabulwa ekkubo Walumbe lyakutte era eby'okumugoba n'abivaako n'addayo mu lubaale ewa kitaabwe, bwatyo Walumbe n'asigala ku nsi nagunogwaka.

Okuva ku olwo Walumbe yageranga ekiseera n'avamu nnyanga z'e Ttanda n'ajjanga okunyaga abaana ba Nambi.

Mwami M.B. Ddamba ow'e Kalungu Masaka (eyaliko Mumyuka Kabuzi e Buweekula)

Mwami Ddamba ow'e Bwesa, P.O. Box 2815, Kalungu—Buddu, mu mboozi ye gye yawandiika nga 15/04/69 kyokka n'efulumira mu katabo ka *Musizi* owa No. 172/69 owa Mukulukusa Bitungotungo 1969 ku lupapula 34, yagamba bwatyi:

Abataka abakulu mu Buganda bagamba nti Kintu mutabani wa Mukama Pokino ow'Engeye, eyali mutabani wa Mukadde Bukulu ne nnyina ow'Olugave. Mukama Pokino yali muweesi era bwe yatuuka okuwasa kwe kufuna omukazi ow'effumbe Nnakku, muwala wa Kawungu.

Mukama Pokino olwamala okuwasa Nnakku, ne bagenda basenga e Sseeta okumpi n'e Butoolo mu Mawokota. Baazala abaana baabwe bano wammanga:

1.) Kyaka;
2.) Kintu;
3.) Siigi Wassajja;
4.) Nnambi Nantuttululu.

Abataka ba Buganda baagamba mu nfumo zaabwe nti Kintu okugenda okukomawo mu Buganda okulya Obwakabaka nga Bbemba amaze okufa, yava Mangira mu Kyaggwe gye yali addukidde ne muganda we Kyaka oluvannyuma lw'okuwunguka ennyanja Nnalubaale, n'ayitira mu bizinga by'e Ssese abantu abasinga obungi gye baali bawangukidde olw'effugabbi lya Bbemba. Bongerako nti muganda wa Kintu, Siigi Wassajja bwe yamala okukula kitaabwe Mukama Pokino namuwasiza omukazi, **Naminyale**, muwala wa Ssebuwutu e Nsaamu. Olutalo ku Bbemba lwe lumu olwagoba Mufuddu n'addukira e Ddamba era lwe lumu Mukama Pokino mwe yafumitirwa wamu ne Naberenga, amale adduke ekipaalo oluvannyuma lw'okufuna ebisago eby'amaanyi, ng'akutte eriraga e Bunyoro. Kyokka bwe yatuuka e Namutamba mu Mityana, amaanyi ne gamuggwamu era n'afa. Yaziikibwa Namutamba awasibuka omugga *Kyannamukama* ogwaliko emizizo nga Bakabaka tebagusomoka.

John Nyakatura

Mwami John Nyakatura ate ye yagamba nti Kintu teyali jjaja wa Buganda yokka, wabula mbu jjajja wa Kenya, Kiziba (Tanzania), Rwanda, Burundi, Rhodesia (Zimbabwe), Congo ne Sudan; anti nti ago gonna gaali matwale ga Kintu. (Laba *Musizi* No. 59/60 owa Ssebo Aseka owa 1960 olup. 7). Mw. Nyakatura ayongera okutugamba nti mukazi wa Kintu ye yali **Kati**.

Ibrahim Ndawula ow'e Nnateete bye yawandiika nga 18/02/69

Mwami Ibrahim Ndawula annyonnyola bwati ku bigambo bya Kintu ne Buganda ng'alaga nti Kintu teyazaalibwa Baganda. Kintu Obuganda yabutuukamu ne banne kyokka ate n'abuvaamu olw'ensonga ezitali zimu n'addayo ewaabwe ng'ayitira e Busoga n'e Bukedi. Wano Kintu kwe kuwunguka omugga Kiyira n'asiisira e Mangira mu Kyaggwe. Eyo gyeyasiinziira ne banne ne bajja okulwanyisa Kabaka Bbemba Musota mpolampola. Olutabaalo ku Bbemba Kintu bw'alulinnyako, awo kwe kulya obukulu era ng'obukulu yabuliira Bukesa-Namirembe mu Kyaddondo. Oluvannyuma yakuba ekibuga ekirala e Kanyanya era mu Kyaddondo (kati oluguudo olugenda e Ggaayaza we luyita).

Mu kuddiŋŋana ennyanja, Kintu mwe yasisinkanira omuwala nnalulungi eyamutyemula emmeeme era n'asalawo nti gwe yali ayagala okuwasa. Ng'ebigambo bimaze okutereera, omuwala yategeeza Kintu nti abakadde abamuzaala Ssebo ye yali **Bakazirwendo Ssemmandwa** ate Nnyabo nga ye **Kintamye**, nga bano baali babeera ku mutala **Bumpenje.** Omuwala ono ye yali Nambi Nantuttululu era ng'alina banne bannyinomu (bwe bagatta kitaabwe ne nnyabwe) Kisumuggumba, Kasule n'abalala munaana. Kintu oluvannyuma yawasa Nambi Nantuttululu ku mutala **Buwooya.** Oluvannyuma erinnya lino lyadibizibwa ne kituumibwa **Mako,** ekitegeeza nti ekyalo ky'abako!

Kabaka Kintu yali muntu wa kisa nnyo era mu byafaayo bya Buganda tewali we kiragibwa nti alina omuntu gwe yatta oluvannyuma lw'olutabaalo ku Bbemba Musota.

Latimer W. Lwako Kiwanuka mutabani wa Nikodemu Kaweesa ava mu Ssiga lya Nnakabaale e Mmembe—1964

Mwami Latimer Lwako Kiwanuka ow'e Sseenene mu Mawokota mu 1964 yawandiika nti Laba Namasera Mudondoli ye yasikira kitaabwe Kakukuso n'alya Obwakabaka. Kabaka Namasera yatabaala nnyo mu Bukedi ne mu mawanga agaliraanye Bukedi naye bwe yayagala okulumba Abalyamiti (Abakaramoja), yagaba muganda we Lukiribi mu lutabaalo olwo. Omulangira Lukiribi yagenda ne mukazi we **Omusebeyi** (amannya tegaafunibwa) ng'alina olubuto. Abalyamiti (kaakano abayitibwa Abakolomojjo—Ngakarimajong) baatya nnyo omulangira oyo. Buli weyatuukanga baddukanga buddusi nga bamulekera ente, embuzi n'endiga. Olwo ye n'eggye lye nga babikuŋŋaanya okutuusa lwe baabituusa e Abisiniya (Ethiopia). Omugabe Lukiribi bwe yalaba ng'afunye ebintu bingi okusinga bye yalina e Buganda, n'atayagala kudda ate nga n'ennaku za mukazi we ez'okuzaala zaali zituuse era n'azaala abalongo;

1. Wasswa Wunyi—omuva olulyo lw'Abakama b'e Bunyoro, ne
2. Kato Kintu—omuva olulyo lwa Bakabaka b'e Buganda abaliwo kaakati.

Omulongo Kato ekyamutumya **Kintu** lwakubanga yajjira mu kibondo (omwana owokubiri), abantu ne basooka okwebuuza nti: kintu ki kino? Okutuusa lwe beetegereza nga naye yali mwana. Abalongo ne bakula nga kitaabwe Lukiribi agaanyi okudda e Buganda wabula basajja ba Lukiribi Abaganda ne bateekanga mu baana abo omwoyo ogubaagazisa e Buganda.

Ekiseera kyatuuka eggye ly'Omulangira Lukiribi okudda ku butaka e Buganda n'abaana ba Lukiribi Abalongo. Beekolobya ku ludda olw'e Nimule okumpi ne Sudan, awo bwe baatuuka e Bunyoro ku kizinga Bulega, Wasswa n'asiima wo n'agamba nti: Bwe tulitereera mu nsi eno, wano we waliba awange!

Beeyongera okutuukira ddala e Buwaya omulangira Lukiribi we yava, kyokka baasanga muganda wa Lukiribi eyali ayitibwa Bukulu afudde, nga ne mutabani wa Lukiribi, Bbemba, ye Kabaka. (Namasera Mudondoli yali yasigala mu bitundu by'e Bukedi gye yafiira)

Mu kiseera ekyo basajja ba Bbemba baakola obukambwe bungi ku ggye lya Lukiribi kubanga lyadda n'abaana ate nga omulangira Lukiribi takomyewo. (Kirabika nti Bbemba yali atya nti oba oli awo baganda be abalongo bano abalangira Wasswa Wunyi ne Kato Kintu kwandibaako omu ku bo amugoba ku Bwakabaka). Basajja ba Lukiribi bakkiriza okuddayo bamuleete, naye ku luno baayita mu bizinga by'ennyanja Nnalubaale okwewala Bbemba okubawondera, anti Bbemba yali atya nnyo ennyanja.

Abantu bwe baatuuka awali Lukiribi nga n'abaana be abalongo babalina, ne bamutegeeza nti Abaganda baali baagala addeyo abeera omukulembeze waabwe! Kyokka ye n'agaana, olwo Kato Kintu kwe kukuŋŋaanya eggye eddene ne bajja ne muganda we Wasswa Wunyi okulwana ne Kabaka Bbemba. Okumanya nga eggye lyali ddene, kigambibwa nti ekikumukumu ekyajja ne Kintu kyasasaanira Buganda ne Rwanda! Awo Kintu kwe kuwangula Bbemba. Baalwanira Budo, okuliraana Namusera mu Ggombolola ya Ssaabawali mu Busiro, ne bamugoba okutuuka e Naggalabi gye baamuttira.

Okuva ku olwo n'okutuusa leero, bazzukulu ba Kintu be bali ku Bwakabaka bw'e Buganda era buli Mulangira aba agenda okulya Obwakabaka, ng'akalombolombo alwana olutalo olumanyiddwa nga olwebirumbirumbi awo e Nnaggalabi ng'ajjukira olutalo jjajjaawe Kintu lwe yalwana olwasiguukulula Bbemba ku Bwakabaka.

Mu bimpimpi, Abaganda tebavanga mu Bajaluwo (Luo), mu Bagisu oba mu Ababisiniya ng'abantu abamu bwe bagamba, wabula Kato Kintu ne muganda we Wasswa Wunyi baazaalibwa wabweru wa Buganda mu Abisiniya olw'embeera gye beesangamu naye nga kitaabwe omulangira Lukiribi, Muganda nnakabala era nga ne nnyabwe Muganda.

ESSUULA 5

Kabaka Kintu Atandikawo Obukulembeze bw'Ebika mu Buganda

Abaganda okuyiiya okuteekawo ebika, kyava ku kwagala okulaga enda y'omuntu mw'ava n'abaana be okubaawula ku b'abalala. Kino kye kyateekesawo olusamba olugenda lubaawula ku balala nga bwe kyabanga nti ne mu mbiri mwabangamu Abaggazi, Abambowa, Abasenero, Abafumbiro, Abagalagala, Abaweesi, Abayizzi n'abalala era ne mu bakyala bwe batyo. Edda nga Kintu tannaba kujja, mu Buganda abantu bonna baalinga baaluganda nga mu nsi temuli bika, wabula emiziro kyali ekintu Abaganda kye bessizaawo ng'omubala (Motto) okusobola okweyawula ku bannabwe. Kino eky'ebika kyayongera bwongezi okunyweza olujegere olubagatta ng'ab'enju emu kyokka ate nga lubayunga ku muntu omukulembeze waabwe—Kabaka.

Kintu ye Kabaka wa Buganda eyasooka okuteekawo enkola ennuŋŋamu ey'omulembe erambika olujegere olugatta omuntu owabulijjo ku mukulembeze we okuva mu maka ge n'okutuukira ddala ku Kabaka. Mu kino ab'olusamba olumu oba Ekika ekimu bwe bazzanga entanyi ku Kabaka, olwo nga kiyamba Kabaka obutatta abantu ab'Ekika ekitalina musango, ate Ekika ekimu bwe kyabanga kizzizza omusango ng'abantu ab'Ekika ekyo basobola okwefubitika mu Ekika ekirala bwe batyo ne bawona omusango ogw'okuttibwa. Wano kyetuva tulaba nga waliwo amannya agasangibwa mu Bika ebisukka mu kimu kubanga abantu abeekwekanga mu Bika ebirala nga baba balina okwetuuma amannya g'Ekika ekyo, kyokka obusungu bwa Kabaka bwe bwakkakkananga abantu abo ne baddayo mu Bika byabwe, amannya gebaali beetumye baagasigazanga olw'okusiima n'okusigaza omukwano n'Ekika ekyalinga kibakwese.

Obukulembeze mu Bika by'Abaganda

Obukulembeze obwateekebwawo bajjajjaffe e Nnono bwe buubwo obunyweza olujegere olutugatta mu bika byaffe. Olujegere luno mu Baganda abatali Balangira (Abakopi) luliko ennyingo zino wammanga:

Amaka—Muno fenna mwe tuzaalibwa. Okutuzaala biba byajja bwe bityi. Taata aba naye yazaalibwa nga mulenzi mu maka ga kitaawe (kati abeera afuuse jajjaffe) kyokka ekiseera ne kituuka n'asajjakula n'ava ewa kitaawe ne nnyina n'azimba enju eyiye. Bw'afuna omukyala ow'okuwasa era n'amala n'okutuukiriza emikolo gyonna egiwasa omukazi mu Buganda, olwo nno n'alyoka afuna **Amaka** agage ku bubwe. Okuva ku kiseera ekyo abantu bamuwa erinnya erya Ssemaka era awaka we

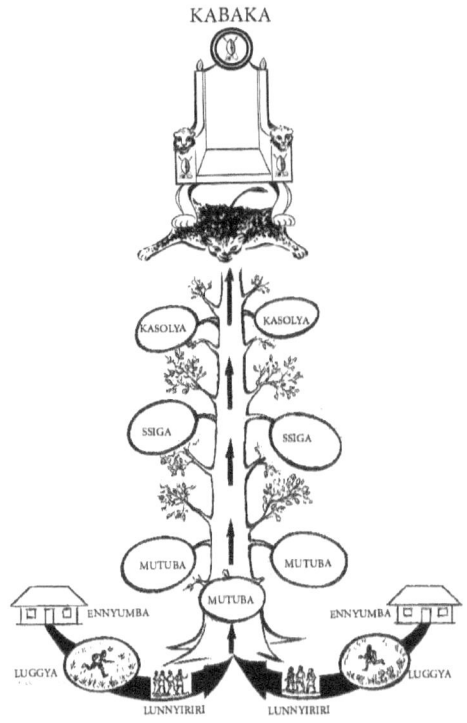

Olujegere olugatta Omuganda owabulijjo n'Obwakabaka

batandika okwogerawo nga ewa Ssemaka Mukasa, bwaba ng'erinnya lye ye Mukasa.

Ennyumba—Ssemaka Mukasa bw'afa, agabadde amaka ge mu Kiganda gafuuka *Nnyumba* era olwo abantu nga batandika okugogerako ng'Ennyumba ya Mukasa. Kyokka *Ennyumba* omuntu mw'ava ekyayinza okubeera eya kitaawe oba jjajjaawe okusinziira ku mbeera eriwo. Kitaawe wa Mukasa bw'aba akyali mulamu, katugeze nti kitaawe ye Bamulanzeki ate nga jjajjaawe asooka yafa era nga amannya yeyali Bantubalamu; olwo mu kulanya Mukasa tayogera nti: "Nsibuka mu nju ya Bamulanzeki" wazira agamba nti "Nsibuka mu nju ya Bantubalamu e *gindi.*" Singa ne jjajjaawe asooka abeera akyali mulamu, olwo enju mw'asibuka ebeera ya jjajjaawe ow'okubiri (jjajja wa jjaawe asooka). Bwe twesanga nga taata ne jajja ba Mukasa bombi baafa, olwo mu Kiganda tulondako omutnu omukulu n'afuuka ow'enju kale nno mu kigezo kino Mukasa abeera ava mu nju ya Bantubalamu.

Oluggya—Jjajjaawo asooka (taata wa kitaawo) bw'aba yafa wamu n'abaana be bonna be yazaala (bataata bo) olwo nno mu Kiganda enju ye nga lufuuka Oluggya. Okugeza, Mukasa bw'aba akyalinawo ku bataata abakyali abalamu, tayinza kuba nti ava mu Luggya lwa jjajjaawe asooka wazira jjajjaawe ow'okubiri alina abaana be bonna abaafa olwo lwerubeera oluggya mw'asibuka. Olumu lubeera *Luggya* ate ennyingi zibeera *Mpya.*

Olunyiriri—Empya bwe zigenda zaala, olwo jjajjaawo eyazaala bajjajjaabo abempya ng'afuuka Jjajja *ow'Olunyiriri.* Katugeze nti jjajja wa Mukasa eyazaala Bantubalamu ne baganda be bonna abaafa ne bafuuka ab'empya ye yali Kulazikulabe, olwo nno Mukasa abeera ava mu *Lunyiriri* lwa Kulazikulabe.

Omutuba—Jjajjaawo ow'Omutuba y'abeera yazaala bajjajjaabo ab'ennyiriri. Abaana be yazaala bebakola ennyiriri. Jjajjaawo oyo baba baamusimbira omuti gw'Omutuba era nga eyagumusimbira ye jjajjaawe ow'Essiga. Mu kumusimbira omuti gw'Omutuba, jjajjaawe ow'Essiga abeera yakuŋŋaanya ab'ennyiriri bonna n'abasomera nti *Gundi* mulonze mu mmwe okubakulembera era mmusimbira **Omutuba** guno wano e *Gindi* ng'akabonero akalaga nti nno okutanula ne leero kati mwetengeredde! *Gundi* gwe nnonze okubeera ow'omutuba gwammwe kati agenda kutandikawo ekitabo kye mw'anawandiikanga abaana n'abazzukulu ab'omutuba gwe era banamanyibwanga ng'abava mu mutuba gwe (ayogera erinnya ly'omuzzukulu gw'alonze).

Essiga—emituba emingi gyegikola Essiga. Jjajjaawo ow'Essiga agenda okusimbira jjajjaawo ow'Omutuba omuti gw'omutuba n'okumuwa obukulu obwo, abeera yasimbira dda abaana be (abazzukulu) abalala emituba. Emituba gisobola okweyongera obungi kyokka amasiga go tegeeyongerako bungi okuva ku muwendo ogwagerekebwa ku ntandikwa y'enkola y'Ebika ey'okusikiragana.

Akasolya—amasiga gonna ag'Ekika kyo ge gayingira mu **Kasolya** (obukulembeze obwokuntikko) k'Ekika kyo era omukulembeze waago n'ayitibwa Jajja ow'Akasolya oba Omukulu w'Ekika. Omukulembezde ono abeera yasooka kubeera mukulu wa Ssiga kyokka banne ne bamulonda okubakulembera.

Ssaabataka/Kabaka—ono y'abeera omukulembeze w'abakulu b'Ebika byonna mu Buganda era abamanyibwa nga Abataka kubanga babeera balina obuvunaanyizibwa obw'okukuuma ettaka ly'Ebika byabwe (obutaka bwabwe), era naye ky'ava ayitibwa Ssaabataka. Mungeri eyo, Abaganda bonna babeera wansi wa Ssaabataka/Kabaka ng'omukulembeze waabwe.

Abakulembeze bonna (Ennyumba, Oluggya, Olunyiriri, Omutuba, Essiga, Akasolya) baweebwa ekitiibwa kya *Jajja*.

Ebiti by'Abalangira

Mu Buganda tulina ebiti by'Abalangira bya mirundi esatu:

1. Abalangira abaana b'eŋŋoma (abazaalibwa Kabaka ali ku Nnamulondo)
2. Abalangira aba Kanabba (abazaalibwa baganda ba Kabaka)
3. Abalangira abasiige (abatazaalibwa lulyo Olulangira. Bano tebafugibwa Ssaabalangira, okugeza ng'abavu mu Bwakajugujwe e Bukeerere)

Okutandika ne Ssekabaka Kintu, ennono y'Abaganda eragira nti Omulangira alinnya ku Namulondo ava mu baana ne baganda ba Ssekabaka aba akisizza omukono oba n'abaana baabwe. Ku ludda olw'Abalangira n'Abambejja, Kabaka bw'akisa omukono (bw'afa) nga yali azadde abalangira era omu ku baana be abalangira n'asikira Nnamulondo, mu Kiganda Kabaka oyo aweebwa ekitiibwa ekya Ssekabaka. Okulonda Omulangira anaalya Obwakabaka Abataka nga bali wamu n'Omutaka Kasujju Lubinga (ono y'avunaanyizibwa okukuuma n'okukuza abalangira ba Kabaka atudde ku Nnamulondo) Olukiiko lw'Abataka lutuula ne lutunula ku lukalala lwa Balangira abava mu nju ya Kabaka n'abalangira b'azaalibwa nabo mu nju ya kitaabwe era n'abaana babwe. Abaana ba jjajjaawe (taata omuto/omukulu) bwe bazaalibwa ne kitaawe akisizza omukono batunulwamu nga Abataka babulidwa Omulangira omwesimbu mu lukalala lwa Balangira abava mu nju ya kitaabwe n'abaana babwe. Gwe balaba nti y'asukkulumye ku banne okulya Obwakabaka oyo y'alondebwa. Oluusi kiyinzika okuba nga Ssekabaka abeera yakola Eddaame (ekiraamo kya Kabaka kiyitibwa Ddaame), kale olukiiko lw'Abataka wamu ne Kasujju Lubinga batunula mu ddaame lya Ssekabaka ne balaba oba nga omulangira oyo asaanidde. Omulangira Ssekabaka gwe yalaamira okumusikira wamu n'okusikira Nnamulondo bw'abeera tasaanidde kulya Bwakabaka, olwo Abataka bamuleka n'asikira kitaawe kyokka ne balonda Omulangira omulala gwe balaba nti y'asaanidde okulya Obwakabaka era ne bamutwala okubikka akabugo ku njole ya kitaawe, olwo amangu ago n'afuuka Ssaabataka. Abataka bamukolako emikolo mingi egy'ennono egimufuula Kabaka era asimbirwa Omutuba ogugwe nga Kabaka wa Buganda. Baganda be abalala bo bafuuka abava mu nju ya jjajjaabwe Ssekabaka azaala kitaabwe era bakulemberwa Ssaabalangira alondebwa Kabaka atudde ku Nnamulondo.

Abaana ba Kabaka ali ku Nnamulondo bayitibwa abaana b'eŋŋoma Mujaguzo ate abaana b'Abalangira baganda ba Kabaka atudde ku Nnamulondo bo ne bayitibwa Abalangira ab'eŋŋoma ya Kanabba.

Buli Mulangira ow'eŋŋoma alya Obwakabaka aweebwa Omutuba: Enju y'omulangira y'efuuka Omutuba ng'Akasolya kakulemberwa Ssabalangira. Okugeza, Ssekabaka Sir Edward Muteesa II bwe yasikira kitaawe Ssekabaka Daudi Ccwa II, yasiimbirwa Omutuba ogugwe, so teyasikira Mutuba gwa kitaawe. N'olwekyo bwaba ayogera ku Mutuba gwe mu Ddaame lye, aba ategeeza enju ye gye yalaamira mutabani we Ronald Mutebi n'okusikira ebyobugagga bwe ye ng'omuntu.

Kyokka era teyakoma awo, yagattako nti bwe kuba nga kwe kusiima kw'Olukiiko, asaba bakkirize balonde omusika we Ronald Mutebi asikire ne Nnamulondo ya Buganda. Kino kikakasa ekiri mu nnono y'Abaganda nti Kabaka atudde ku Nnamulondo awa buwi kirowoozo kye ku ani gw'alaba agwaanidde okumusikira ku Nnamulondo naye si kukikakaatika ku Buganda oba okusalirawo Obuganda ani alirya Namulondo nga ye akisiza omukono. Abakopi be beerondera Omulangira gwebagala abakulembere okuva ku lukalala lwa Balangira olwogeddwako wagulu.

Ebyaafayo byaffe bigamba nti bajjaja baasalawo nti obutattiŋŋana buli lwewabaawo obutakkiriziganya, bafuna omuntu ataalina kika ne bamuwa Obwakabaka n'obuyinza obugamba nti ky'aba asazeewo tekiddwamu. Mu mirembe egyasooka ng' Abalangira abasigadde mu kigango nga battibwa oba nga bawaŋŋangusibwa wasobole okubaawo emirembe mu ggwanga okutuusa Abataka lwe baasalawo mu kifo ky'okuttibwa batandike okubasimbira Emituba. N'owa Kasolya k'Abalangira naye ne kisalibwawo alondebwenga bulonzi obutafaananako ng'abakopi nti essiga gundi lye livaamu Abakasolya.

Kabaka ate naye abeerako bakama be, nga bano ye Kabaka ow'empewo Mujaguzo ne Bassekabaka b'aba yasikira mu kifundikwa. Emyoyo egyo gisobola okumuluŋŋamya okukola oba obutakola kintu mu Bwakabaka bwa Buganda.

ABALANGIRA N'OBWAKABAKA

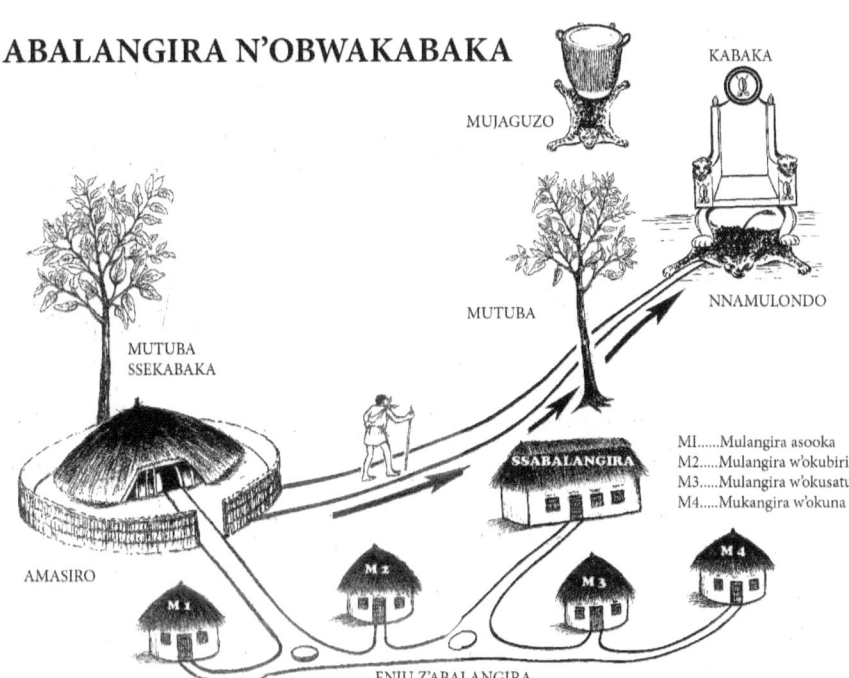

MUJAGUZO

KABAKA

MUTUBA

NNAMULONDO

MUTUBA
SSEKABAKA

SSABALANGIRA

AMASIRO

M1......Mulangira asooka
M2.....Mulangira w'okubiri
M3.....Mulangira w'okusatu
M4.....Mukangira w'okuna

M1

M2

M3

M4

ENJU Z'ABALANGIRA

ESSUULA 6

Kintu alambula Obuganda

Kabaka Kintu yalambula nnyo Obuganda era yasaabala amaato mu kulambula kwe okwasooka n'agoba ku mwalo Namubiru. Awo we yava n'agenda e Buvi n'atuula ku lwazi we yagambira nti: Luno si lwazi kwe ntudde, wabula ntudde ku ntebe. Okuva olwo awo we yatuula ne watuumibwa Entebe ya Kintu.

Kintu yayita abataka bonna ab'omu Buganda bajjajjaabe ne bakuŋŋaanira mu kibuga kye ekiberyeberye, Mpumudde (Njagalabwami). Yababuuza emiziro gyabwe era bonna ne bamuddamu nti: Tweddira Mmamba fenna. Ate nga yali ategeezeddwa nti Naggindu nnyina wa Musisi yali wa Mmamba nga muwala wa Ntambi era muzzukulu wa Kirulu Mukalazi.

Kintu yagamba Musisi nti: Abantu abangi bati bazzukulu ba Mukadde n'abaana ba baganda bo okweddira omuziro ogumu ogw'emmamba ne bafaanana ng'abeddira Kuuku ow'omu lusuku, kitalo! Kale nno okuva olwo Kintu n'alagira abantu ne batandika okwerondera ebika eby'enkalakkalira ebibaawula.

Ebyo olwaggwa, Kintu n'abasaba bamusiigire (bamuwe) abaana baabwe abawala be bazaala. Nga tebannaba kuleeta bawala, Kintu yakuba ekibuga ekirala ku lusozi Nnono, nga kino kye kibuga kya Kintu ekyokubiri. Olwo Abataka kwe kuleeta abaana abawala Kintu be yali abasabye era nga be bano:

1.) Kirulu Ssemubiru Owemmamba yasiigayo muzzukulu we nnakabirye **Nnambi**. Ono y'ayogerwako nga eyalanganga embugo za Kintu kwe yalinnyiranga okugenda mu Ggulu. Nnambi ye **Lubuga** wa Kintu.

2.) Kafuuma Owennyonyi yasiigayo muwala we **Nnannyonga**. Ono ye yali omumyuka wa Nnambi **Kaddulubaale** wa Kintu.

3.) Mwanje Owengo yasiigayo **Nkussa**, nga ono ye yafuuka **Kabejja** wa Kintu.

4.) Kalibbala e Nsiisi Owenseenene yasiigayo **Nnakimera**, nga ono ye yafuuka **Nnassaza** wa Kintu.

5.) Bakazirwendo Owengeye yasiigayo eyali Lubuga we, mwannyina kitaabwe Mukama Pokino bw'abazaala munda ya nnyabwe, **Nnakku**.

Abataka baasigayo n'abaana ab'obulenzi. Ekyo olwaggwa Kintu n'atandika okulambula ennyanja Nnalubaale. Era mu lulambula lwe luno mwe yatuukira n'e Masaaba (Bugisu) ng'ayita mu Busoga n'e Bukedi. Bwe yakomawo n'alyoka agenda akuba embuga e Magonga era olwo n'afuna n'amayembe ge ana (4) okusobola okufuga baganda be bonna bano obulungi:

1.) Kitaka;
2.) Kajja;
3.) Kavulu;
4.) Nnawanga.

Kintu asaba eŋŋoma era naye aleega eyiye

Kintu yasaba bajjajjaabe eŋŋoma ez'omubala ezivugira Abataka naye zisobole okumuvugira. Kino kyongera okutukakasa nti yali mwana enzaalwa eya Buganda. Abataka beyatumira ng'abasaba eŋŋoma baali bano:

1.) Mbuubi ow'e Mazinga;
2.) Lubaale Mayirwe;
3.) Sseggindu Mawande Ssempagama.

Abataka bano baawereza Kintu eŋŋoma erina omubala oguyitibwa *Nnalubaale*. Kintu oluvannyuma naye yaleega eŋŋoma eyiye n'agiwa omubala *Bwampala*. Ezo ze zaali eŋŋoma za Kintu, era yafuna n'effumu lye yatuuma *Ggawannyakangu*.

Olumu mu kulambula kwe, Kabaka Kintu bwe yali ng'ali mu lusiisira lwe ekiro mu nsi y'e Masaaba, n'awulira okuwuluguma ebweru. Kabaka Kintu kyeyava atuma omu ku bagalagala be okuzuula kiki ekyali kiwuluguma.

Abambowa abaasooka ababiri tebadda era Kintu kwe kutuma abalala. Bano bbo baagenda n'obwegendereza era ne batta ekisolo ekyo. Omutulumbi gw'ekisoro kino bwe baagulaga Kintu, ekisoro ekyo n'akituuma *Empologoma* olwokubanga kyali kiwuluguma era Kintu n'akisalako enkuti zaakyo n'azikaza. Oluvannyuma Kabaka Kintu yaleega eŋŋoma mwe yateeka enkuti z'empologoma era n'agituuma *Kyebabona*, ekitegeeza nti ekirabwako oba ekyokulabirako.

Entandikwa y'Obwakatikkiro (Kamalabyonna)

Kintu bwe yava e Magonga, n'agenda akuba ebibuga ebirala e Lwadda, Bukesa n'ebirala n'okulambula e Kyanja mu Mawokota ate gye yava n'asomoka omugga Katonga n'atuuka ew'omutaka Kiganda ow'eŋŋoonge e Birongo mu Buddu. Bwe yali ali wano, abantu ne bajja okumubuulira nga bazzukulu be abalangira mutabani wa Wunyi ne mutabani wa Nnalubongeya bwe baali bayizze emisu esatu kyokka nga baali balemeddwa okutegeeragana mu ngabana yaagyo era nga kino kyali kigenda n'okubaviiramu okuttiŋŋana. Kintu kwe kulagira omutaka Kiganda agende abataase, era naye yasitukiramu ng'eyatega ogw'ekyayi. Yabasanga bakyereega era ng'amaaso gabamyuse, kwe kubasaba bamuwe buli omu empoza ye. Oluvannyuma olw'okuwuliriza empoza eya buli omu, Kiganda omusango yagusala bw'atyi: "Buli omu asooke afuneko omusu gumu. Ogwokusatu ogusigaddewo mugwabuluzeemu ebiwayi bibiri buli omu atwaleko kimu!" Anti baali bakayanira omusu ogwokusatu nga buli omu ayagala y'aba agutwala. Olwo nga nalwo luggwa era nga omutaka Kiganda addayo okuwa Kintu amawulire. Kintu yasanyuka nnyo era kwe kukomawo mu kibuga kye e Magonga. Kintu yatumira omutaka Kiganda amuweereze omuntu alimuyambangako mu kusala emisango nga Ye Kiganda bwe yasala omusango ogw'abalangira bali. Kiganda naye teyali mubi ng'amuweereza mutabani we Kisolo. Kintu awo kwe kufuula Kisolo Katikkiro we alimuyambanga okusala emisango.

ESSUULA 7

Okubula kwa Kabaka Kintu n'Enkomerero y'Omulembe gwe

Abatakansi mu nsi yaffe nga bakulirwa Omutaka Kirulu ne Wannema baagamba nti Kintu okubula kyava ku nsobi eyakolebwa bwe yazaala mu Lubuga we abalongo. Byajja bwe biti:

Awo olwatuuka nga Kintu afunyisa mwannyina, Nnambi Nantuttululu, eyali Lubuga we era gwe yali agabidde Bakazirwendo olubuto. Kintu bwe yalaba ng'olubuto lutandise okulabika, awo kwe kusalawo okugoba Nnambi ave mu Lubiri agende ew'omusika wa kitaawe. Naye baganda ba Kintu bwe baalaba nga mwannyinabwe/muganda waabwe agobeddwa mu Lubiri olw'okufuna olubuto, ate nga mwannyina Kintu y'amufunyisizza olubuto olwo; awo nno kwe kutuula mu nsonga basobole okusalawo ekyokukola. Abaateesa ku kivve kino baali abooluganda bangi ddala era nga mwe mwali bano wammanga:

1.) Bwoya, mutabani wa Ggulu-Wemba azaala Bakazirwendo (omuva ab'Ekika ky'engeye). Bwoya ye yawasa Kintamye muwala wa Magunda e Lwanga Oweffumbe;
2.) Kyemwa ow'e Luwala;
3.) Kirumira;
4.) Nnakalago;
5.) Kibirige ow'e Ngongolo;
6.) Sserwanga;
7.) Namuggo ow'e Ttanda;
8.) Ssebukolere ow'e Kasanje;
9.) Kabale ow'e Bbanga;

10.) Ssekayala ow'e Kkoba;
11.) Ssemannyo ow'e Ssagala;
12.) Kulembera ow'e Lunnya;
13.) Ssemuggya ow'e Luubu;
14.) Kalungi;
15.) Nnangoye;
16.) Kisumuggumba.

Baateesa bwe bati:

Kisumuggumba yali wakutwala muganda we Nnambi Nnantuttululu azaalire ewuwe. Naye Kisumuggumba aba atwala Nnambi nga banaatera okutuuka ku kyalo eky'e Bunnamwaya, Nnambi n'alumwa okuzaala era wakati mu bisa ebingi kwe kuzaalira mu kkubo wakati. Yazaala abana bana era be bano:

1.) Kiweewa;
2.) Wunyi;
3.) Ccwa Nnabakka;
4.) Kalembe

Ekigambo kino kyatiisa nnyo Kisumuggumba era kyava abazimbira awo ku mabbali g'ekkubo ekiyumba eky'ekidaaladaala n'abaleka awo ne nnyabwe, Ye n'addayo okulagulwa ewa muganda we Nnakalago.

Nnakalago yamulagula nti abaana bali tebalina kabi konna era Kisumuggumba yali wa ddembe abaana abo okubayingiza mu nnyumba. Kisumuggumba yaddayo we yali alese muganda we Nnambi n'ezzade lye era n'alongoosa ekidaaladaala mwe baali n'akifuula enju ennungi era n'agiteekako emiryango ena, buli mwana n'omulyango, nga Nnakalago bwe yali amulagudde. Bwe yamala ekyo, enju eno n'agituuma amannya abiri nga era bwe yali alaguddwa:

1.) **Kiyitirirwa**—amakulu nti enju eno yayitirira okuyonkerwamu abaana abana omulundi ogumu nga ate ba mukazi omu!
2.) **Nnaakubuuzagaawa**—amakulu nti: ate kiruwa ky'otaalaba?

Ssekabaka Kintu ebigambo bino bwe byamugwa mu matu, kwe kulagira Katikkiro we Kisolo agende ewa Nnambi batwale abaana abo ewa jjajjaawe Kirulu Ssemubiru, ba baalule. Kyokka Kirulu bwe yamanya nga ebintu bwe byajja, n'ajuumba era n'agaana okwalula abaana abo wabula n'alagira Kisolo abaana abatwale e Bbira ewa Mukalazi Kigumba Mugema, y'aba abaalula. Ekikolwa kino eky'ekivve Kintu bwe kyamuyitiriraiko, n'asalawo okubulira mu nsi, era ne Katikkiro we Kisolo teyamusiibula, yafuluma bufulumi Lubiri.

Enju eno *Kiyitirirwa* yalwawo nnyo ku kyalo Bunnamwaya awo ku kkubo ly'omu Kitebi okutwala emirembe miwanvu ddala egya Bassekabaka b'e Buganda.

Okuva kw'olwo Abataka ne basalawo okugifuula empisa y'ensi nti abantu abanaasobyanga ku Bassengabwe, Bannyinaabwe, Bannyabwe; ng'ekibonerezo kufa nga basuulibwa mu nnyanja. Bino byakoma ku Kapere Kintu kya Mukama, naye na buli kati ekivve kino kivumirirwa mu Buganda! Kale si kituufu nti Ssekabaka Kintu teyakisa mukono nga Bassekabaka abalala, wabula Amasiro ge amatuufu gegatamanyiddwa wa gye gali olw'okubanga tewali yamanya kkubo ki lye yakwata ng'adduka okuva mu Lubiri lwe. Kiyiinzika okuba ng'ensolo enkambwe zaamulya, kiyinzika okuba nga yagwa eyo mu malungu n'afa enjala, n'ebirala ebiyinza okuteeberezebwa. Oluvannyuma Abataka baalonda omulangira Ccwa Nnabakka okusikira kitaawe Kintu, (ono ye yasooka okusikira Obwakabaka nga muwere, laba ate n'owerinnya Daudi Ccwa naye bw'abusikira nga muwere!) n'Omutaka Walusimbi okubeera Katikkiro we. Olw'obulombolombo bw'Abaganda nti Kabaka abeera n'Amasiro, Kintu yazimbirwa amasiro mu kifo Olubiri lwe we lwali, emikolo egikolebwa ku Bassekabaka gisobole okutuukirizibwanga.

ENJU KIYITIRIRWA / NNAKUBUUZAGAAWA

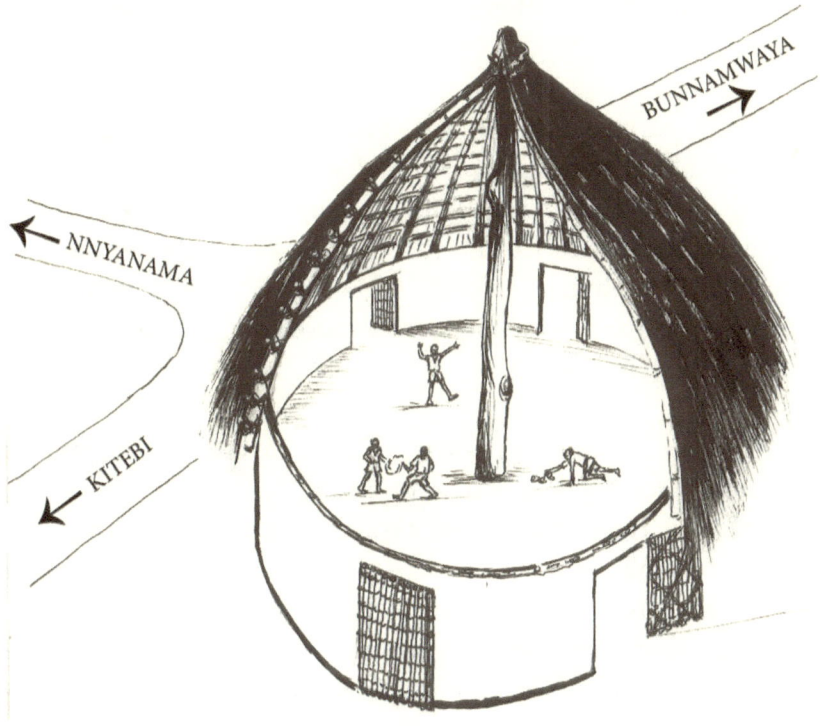

KIWEEWA, CCWA, NABAKKA, WUNYI, KALEMBE

Abalangira abana nga bazannyira mu nju Kiyitirirwa

Olufumo olulala ku nkomerero y'obukulembeze bwa Kabaka Kintu

Kabaka Kintu yalambulanga nnyo Obuganda alabe ng'abantu be bwe bali. Olumu bwe yakomawo n'asanga nga Nambi ali lubuto. Bwe yabuuza Nambi nga bwe byajja, awo Nambi kwe kumugamba mu ngeri ey'okubalaata nti: Buuza oyo Katikkiro wo, ndaba buli kimu y'akimanyi.

Awatali kusooka kwefumiitiriza, Kintu yakwatibwa obusungu era amangu ago n'abaka effumu lye n'alumba Katikkiro we Kisolo. Kisolo aba tannaba na kubuuza mutawaana ki ogutuseewo, Kintu kwe kugalula effumu era n'alikasukira Kisolo. Kisolo yasobola okulyewoma kyokka ne limukwasa ku bbunwe (wakati w'ekiwato n'amakugunyu). Kisolo yadduka kiwalazima nga tamanyi kiki kituuse ku mukama we okwagala okumutta awatali nsonga.

Oluvannyuma ng'obusungu bwa Kintu bukkakkanye, yaddamu okubuuliriza asobole okumanya ng'ebigambo bwe byali. Awo we yamanyira nti nno Katikkiro we teyalina musango gwonna, wazira olubuto lwa Nambi ate lwali lulwe (Kintu). Kintu yakwatibwa ennaku n'ensonyi okumanya nti yali asobezza mukwano gwe era Katikkiro we ng'amulanga obwemage. Kyeyava atumira Kisolo ababaka ng'amusaba amusonyiwe era akomewo ku kibuga. Kyokka Kisolo bwe yalengera abagalagala ate n'alowooza nti Kintu yali amaliridde ddala okumutta, era Kisolo kwe kudduka nga bwe yeyongerayo mu nsozi. Oluvannyuma abagalagala bwe baabulwa okulaba Kisolo ate nga n'okukoowa bakooye, kyebava bafunyamu ne baddayo mu lubiri.

Kintu yaddamu okugezaako okuwondera Kisolo kyokka n'alemwa. Ebigambo byatandika okuyita mu Lubiri era ne mu kibuga oluvannyuma lwa Katikkiro okubula nga talabikako mu kibuga. Kintu ebigambo byamuyitirirako era n'asalawo okudduka okuva mu Lubiri nga talina gw'abulidde, si kulwa nga mikwano gya Kisolo gimusalira omusango ne gimutta. Oluvannyuma ng'Abataka tebalaba ku Kabaka waabwe wamu ne Katikkiro we, baasalawo okusikiza mutabani we omulangira omuto, Ccwa Nabakka, ku Bwakabaka era ne balonda n'Omutaka Walusimbi okubeera Katikkiro we.

ESSUULA 8

Okuwuunzika ku Byafaayo bya Kabaka Kintu

Mu byafaayo by'obulamu bwa Ssekabaka Kintu kyewuunyisa okulaba nti entandikwa n'enkomerero y'obukulembeze bwe byombi biweebwako enfumo ez'enjawulo naye nga zirina wezikwataganira. Kintu ye Ssekabaka wa Buganda yekka aliko enfumo ez'enjawulo ku byafaayo bye. Kyokka tetusaanye kwewuunya nnyo, kubanga nga bwe twalabye ku ntandikwa, ebyafaayo bya Nnyaffe Buganda n'okufaananako n'eby'amawanga g'abazungu byasooka kubuulirwanga n'okusomesebwa nga binyumizibwa bunyumizibwa okuva ku mugigi ogumu n'okudda ku guddako okutuusa okuwandiika lwe kwajja mu Buganda. Kale twesanga oluusi nga omuntu omu yakyusanga mu lufumo mu butali bugenderevu ate omulala ye n'alunyumya mu butuufu bwalwo. Era oluusi abantu beerabiranga ebitundu ebimu eby'ebyafaayo kyokka ate oluvannyuma emyoyo gy'abajjajja ne giroosa abazzukulu nga gibategeeza ebyo ebyaliwo edda, era nga bwe tusoma nti Mwoyo Mutukuvu yakkanga ku bawandiisi b'ebitabo Ebitukuvu okusobola okuwandiika obutuufu ebyo ebyaliwo. Kale nno awo ate abazzukulu ne baddamu okutereeza ebigambo by'ebyafaayo bya Buganda. Naye ng'edda bwe wataaliwo mpuliziganya nnuŋŋamu ate nga n'abantu baabeeranga wala okuva ku bannaabwe mu bifo ebimu, twesanga nga enfumo ezirongooseddwamu oluusi tezaatukanga ku Baganda bonna, ekintu ekyaviirako okubeera n'enfumo ezireeta okukubagana empawa. Naye awatali kyekubiira ku lufumo olumu oba olulala, era nga bwe kiri ne ku byafaayo by'entandikwa y'obufuzi bwa Kintu; tusobola okukkiriza nti enkomerero y'obufuzi bwa Kintu yetoloolera ku lubuto Nambi lwe yafuna era n'emitawaana lwe gyaleetera Katikkiro Kisolo.

Ku lwange nfuna obuzibu okukkiriza nti Kintu yava mu Ggulu nga mulamu nga bali ne mukazi we Nambi era nti bajja nga bakkira ku Musoke (rainbow). Olufumo olwo bw'olwetegereza olaba nga mu mirembe egigenda okujja tewali mwana muto agenda kulukkiriza, ekintu ekiyinza okuvaako okusasika kw'ennono zaffa Abaganda.

Ekirala olufumo olwo lulaga kyekubiira ku lufumo lw'omu Bayibuli olwa Adamu ne Kaawa (Yeeva) engeri gye baagwobwa okuva mu kifo eky'okwesiima ne bayingira ensi ejjudde okubonaabona n'okufa. Tulaba era nga mu lufumo olusomesebwa mu masomero olwa Kintu ne Nambi, abaawandiika ebyafaayo ebyo baali beekubira ku nfumo ezisangibwa mu Bayibuli olwa Adamu ne Kaawa (Eva) n'olwa Yisaaka (Isaac) ng'alemesebwa okuwasa omwagalwa we Lakeeri (Racheal) ng'aweebwa ebigezo ebikakali.

Tuleme kukkiriza kugendera ku byafaayo ebitali byaffe so nga tulina ebyaffe ebiriwo era ebyatubuulirwa bajjajjaffe.

Akalowoozo!

Kati nno ssooka weebuze nti: Kintu yandivudde atya e Abisiiniya (Ethiopia) n'ajja alye Obuganda kyokka nga Abataka abakulu mu Buganda be baavunanyizibwanga okulonda Kabaka wa Buganda?

Ku nkomerero y'essuula eyomunaana era tulabye nga tufuna obuzibu bwe bumu olw'enfumo ez'enjawulo ku kufa kwa Ssekabaka Kintu. Naye era nga ne ku ntandikwa y'obukulembeze bwe, era n'awo tuyinza okulaba nti waliwo abawandiisi ab'enjawulo we bakwataganira nti enkomerero y'obukulembeze bwa Kintu yetoloolera ku bantu basatu n'ekintu kimu:

1. Ye mwene Kintu,
2. Katikkiro we Kisolo,
3. Nambi,
4. n'olubuto Nambi lwe yafuna oluvannyuma olwali olw'abaana abana.

Era twalabye nga n'ebyafaayo bya Mbaale (eyatandikawo Ekika ky'Endiga) eyasikira Buganda nga naye aliko enfumo ez'enjawulo kyokka nga ekintu kimu ekikwatagana mu nfumo ezo:

1. Mbaale yalwawo nnyo okuzaala
2. Oluzaalo Mbaale yasaba lusabe
3. Omwana wa Mbaale eyasooka ye yali Kalyesubula
4. Amannya g'abaana ba Mbaale be yazaala ge gamu mu nfumo zombi

Abaliga baakola ekiwandiiko mu 1978 ekikakasa nti Mbaale oluzaalo yalujja Ssese ewa Wannema nga yalagirirwayo munne Omugave Ndugwa.

Ekyewuunyisa mu lufumo luno abawandiisi tebayogera ku ngeri Kintu gye yafuukamu Kabaka wa Buganda wazira bafuba okunnyonnyola abantu wa olumbe olubatta gye lwava na lwaki abantu bafa buli luvannyuma olw'ebbanga eggere.

Kino kituleetera okussa wabbali ebyafaayo ku Kintu ebyekuusa ku nfumo zino ez'omu Bayibuli kubanga kirabika ng'abawandiisi abaali baagala okuwangula emitima gy'Abaganda okusobola okukkiriza eddiini empya eyali esomesebwa abaminsane. Wano kye tuva tusalawo okwekubira ku byafaayo byaffe ebyatunyumizibwanga bajjajjaffe ng'eddiini z'Ekikristo tezinnaba kujja mu Buganda kubanga kiba kyeraga mu lwatu nti ekimu ku ebyo kye kiteekwa okubeera ekituufu ku Kintu.

Olufumo lwa mukulu Ibrahim Ndawula bwe lututegeeza nti Kintu obukulu yabuliira Bukesa wano okumpi n'e Nnamirembe ku njegoyego za Kampala, so nga Abaganda abasing bakkiriziganya nti Kintu yabuliira mu bitundu by'e Buddo e Naggalabi, awo olufumo lwa Mw. Ndawula nalwo tuba tulussa ku mabbali.

Olw'okuyamba omusomi, tugenda kweyambisa ebyafaayo bya Mukulu Latimer Kiwanuka Lwako nga bwe tweyamba n'eby'abalala Mukulu

Ddamba ne Mukulu Ibrahim Ndawula; okusobola okuggumiza awo awali emiwaatwa tulyoke tufune ebyafaayo by'omulembe gwa Ssekabaka Kintu ne Buganda empya. Ekirondesezza ebigambo bya Mukulu Latimer Kiwanuka Lwako ng'ekinyusi mu kuttottola ebyafaayo bya Ssekabaka Kintu nga bwe yalya eŋŋoma ya Buganda kwe kuba nti nno bye birabika ng'ebisinga okuwa eky'okuddamu ku bibuuzo ebiyinza okubuuzibwa omuntu ow'omulembe guno akoze okunoonyereza okusingako ku okwo okw'abaatusooka ate nga binokolayo n'eky'olutalo olw'ebirumbirumbi lwetulabako ne ku mirembe gino gye tulimu.

Kyokka n'obutagaya oba okusuula omuguluka ebyafaayo ebyawandiikibwa abantu abalala, kye tuvudde tusunsulamu ebyo ebyafaayo ebijjuliriza ebigambo bya Mukulu Latimer Kiwanuka Lwako ku ntandikwa y'obukulembeze bwa Kintu. Kintu yatta muganda we Bbemba Musota e Buddo naye Mw. Latimer Kiwanuka tatubuulira ngeri ki gye yamuttamu. Wano okujjuliriza wetukukolera nga tweyamba ebigambo bya Mw. Ddamba nti Mufuddu ne banne beeyamba obunafu bwa Bbemba obw'okwegwanyiza buli kintu ekireeta okusukkuluma ku balala ne bamusalira amagezi ag'okwetta yekka na yekka.

Omuziro gwa Kabaka Kintu

Ebika bingi ebikaayanira Kintu. Abengo bagamba nti Kintu yali wa Ngo, Abemmamba nabo bagamba nti Kintu yali wa Mmamba kubanga muzzukulu wa Kirulu Ssemubiru. Abempologoma nabo we batyo bagamba nti Kintu yali Wampologoma. Abeffumbe nabo bagamba nti Kintu Waffumbe mwana wa Nnakku. Kintu bwatyo muntu mukaayanirwa.

Wakati w'emyaka 1930-33, eyali Ssabalangira mu kiseera ekyo, Omulangira John Kikulwe Tweyirike Ggomotoka, yalangirira nga mu Buganda bw'atagenda kukkiriza Abempologoma okweyita Abalangira n'Abambejja wamu n'okutuuma amannya ag'Abalangira n'ag'Abambejja. Ekirangiriro kino kyassibwa mu nkola nga Ssekabaka Daudi Ccwa II y'alamula Obuganda era Nnamuguzi n'agaanibwa okweyambisa amannya ago okuva ku olwo.

Ekirangiriro kino kikyali wo mu bwino, kale n'olwekyo Abempologoma tebabangako baganda ba Ssekabaka Kintu kya Mukama, wabula Abeffumbe, Abengeye ne Mmamba be bayinza okukakasa nti balina akakwate ku Kintu.

ESSUULA 9

Ebigambo Ebikulu mu Bwakabaka bwa Buganda

Amannya agaweebwa omukulembeze wa Buganda

Kabaka—Ssaabataka akulira abataka bonna ab'obusolya n'abantu bonna mu Buganda. Ssaabataka eyasooka atwalibwa okuba nga ye Kabaka Tonda kubanga ye yasooka okukuŋŋaanirwangako ensonga zonna ezaabanga ziremye Abataka okusala.

Ssekabaka—Kabaka aba akisizza omukono nga yazaala Omulangira n'amusikira ku ŋŋoma ya Buganda ayogerwako nga Ssekabaka. Kino kitegeeza nti Kabaka bw'akisa omukono n'atasikirwa mwana we, oyo ekitiibwa kya Ssekabaka tekimuteekebwako, asigala ayogerwako nga Kabaka *gundi*.

Awangaale Ssabasajja—kino tukyogera buli lwe twogera ku Kabaka oba Ssekabaka eyakisa omukono okusobola okuzzaamu amaanyi Kabaka ali ku Nnamulondo nti tumusabira era ye wakuwangaala nnyo, oba ne ku ŋŋoma za Buganda eziyingira mu Mujaguzo eziba zaagwa mu lutabaalo. Kino era tukyogera nga twagaliza Kabaka waffe okuwangaala.

Emitendera Ennyambala y'Omuganda gy'Eyiseemu

Amaliba

Mu kusooka Abaganda baayambalanga maliba g'ebisolo bye baayigganga. Abaganda ab'edda baakenkuka nnyo mu kigambo ky'okubamba n'okuleega amaliba nti abazungu abaasoka okujja mu Buganda ku mulembe gwa Ssekabaka Muteesa I Walugembe Mukaabya beewuunya nnyo okulaba nti ekkanzu ye eyali eyeddiba ekkunye yali egonda era nga mpeweevu ng'olugoye. Ekkanzu eno oluvannyuma nga Muteesa I akisizza omukono abazungu baawooyawooya Abaganda okubakkiriza bagitwale mbu bagirageko ku Nnaabakyala wa Bungereza. Abaganda nabo tebaali babi (engeri gyebaali tebamanyi muwendo gwa kkanzu eno) era bwe batyo ne bakkiriza abazungu okugitwala, kyokka abazungu tebaagizza.

Mu 1976 waaliwo olukiiko lw'ekitongole ekivunaanyizibwa ebyobuwangwa, ebyenjigiriza n'ebyekikenkufu (science) ekimanyiddwa nga UNESCO, ky'amawanga amagatte. Mu lukiiko olwo abantu abava mu mawanga ag'enjawulo agaali amatwale ga Bungereza ne Bufalansa baasaba wayisibwe ekiteeso ekiragira abaali abafuzi b'amatwale okuddiza bannansi ebintu byabwe ebyobuwangwa n'ennono ebyali byabanyagibwako ne bitwalibwa mu nsi z'abafuzi b'amatwale. Olukiiko olwo ekiteeso kino kyaluyisa era bwe kityo Abangereza ne baddiza Uganda (mu kiseera ekyo Obwakabaka bwa Buganda bwali tebunaddawo okuva lwe bwali buwereddwa kawenkene Obote mu 1967) ekkanzu ya Ssekabaka Muteesa I era President Amin Dada n'alagira eteekebwe mu Uganda Museum.

Kyewuunyisa ate nga kyannaku nti oluvannyuma lw'olutalo olwagoba Amin ku bukulembeze bwa Uganda mu 1979, ekkanzu eyo teyaddayo kulabika nagunogujwa. Kyannaku nnyo okulaba nti Amin avumibwa enkya n'eggulo teyasobola kubuza kkula eryo ery'ebyafaayo bya Buganda kyokka abayivu abaamuddira mu bigere tetusobodde kukuuma byabuwangwa byaffe! Tusaba oyo yenna ayinza okuba ng'amanyi amayitire g'ekkanzu eno okutuukirira wofeesi ya Katikkiro wa Buganda oba ekitongole kya Kabaka Foundation, Obuganda busobole okununula ekkanzu eyo. Wabula tusaanye twetegereze nti ekkanzu eyo erina okukuumirwa mu mbeera ey'obudde obuweweevu okusobola okukuuma eddiba lyayo nga teriyulise oba okuliibwa obuwuka.

Olubugo

Ku mulembe gwa Ssekabaka Ssemakookiro, waaliwo Omuganda omu omugezigezi eyavumbula nti bw'osusumbula ekikuta ky'omuti gw'omutuba (okusuubula omutuba) n'okikomaga, ofunamu ekintu ekyefanaanyirizako ng'amaliba agaayambalibwanga Abaganda mu kiseera ekyo. Omusajja oyo ye yali Wamala Kaboggoza ow'Ekika ky'Eŋŋonge, ate ekintu kye yavumbula n'akituuma olubugo.

Olubugo lwasanyusa nnyo Kabaka Ssemakookiro era n'alagira lwe luba ludda mu kifo ky'amaliba agaayambalibwanga abantu kubanga ensolo eziggyibwako amaliba ag'okwambalibwa abantu bonna zaabanga nzibu okufuna n'okuyigga. Ekyambalo ky'omusajja kyatuumibwa ekkanzu ate eky'omukazi ne kiyitibwa essuuka, ebigambo ebyefanaanyirizako eby'Oluswayiri oluvannyuma lw'Abawalabu okujja mu Buganda. Ekyambalo ky'omusajja Omuganda edda kyabanga olubugo olwambaddwa nga lusibiddwa ekifundikwa ku kibegabega.

Ekkanzu n'Omuganda

Ekkanzu Eŋŋanda ennongoseemu eyefaananyiriza n'eyaleetebwa Abawalabu ey'olugoye ebaako Omuleera gumu n'amajoba (amatiribona agakoleddwa mu kifaananyi ng'ekya sumbuusa) ana (4). Buli jjoba liraga ekiti ky'Omuganda asangibwa mu Buganda:

1. Omuganda Nnakabala—ono kitaawe ne nnyina bombi nga Baganda;
2. Omuganda Wawu—ono ava mu Baganda abaasigala e Kiwawu ne bataddayo e Mbaale mu Mawokota oluvannyuma lw'okuziika jjajjaabwe Buganda;
3. Omuganda Ggere—ono y'ava mu Baganda abajja beegatta ku Kabaka Kintu ng'ajja okulya Obuganda;
4. Omuganda Kaswa—ono y'ava mu bantu abaafulibwa Abaganda oluvannyuma lw'okubeera mu Buganda nga bawulize eri Kabaka n'Obuganda.

Mu nsangi zino waliwo abantu abatandise okutunga ekkanzu nga mu kifo ky'amajoba ana ag'ensonga bateekawo akabonero k'ensi yaffe Buganda, ekyo kikyamu. Ng'omuntu bw'otasobola kumala gateeka akabonero k'eggwanga (Coat of Arms) Uganda ku kintu kyo, era ne ku Buganda bwe guli. Akabonero ka Buganda (Coat of Arms) ak'amafumu n'engabo tulina okukassaamu ekitiibwa ekikagwanira.

Ekirala, waliwo ekitiibwa ekyateekebwawo Ssekabaka Ccwa II eky'amafumu n'engabo eky'eddaala eryokubiri (Second Order of Spears and the Shield) era oluvannyuma lw'okusiima emirimu gya musajja we Stanislaus Mugwanya, gwe yasooka okukigabira. Bwe yali awa Mugwanya ekitiibwa ekyo, yamugamba nti: Mu basajja bange, kino ekitiibwa ggwe osoose okukifuna! Mu kiseera ekyo Ssekabaka Ccwa II yagereka omuwendo gw'abo abanaweebwa ekitiibwa ekyo gubeere gw'abantu abatasukka ataano (50). Ekitiibwa kino Ssekabaka Ccwa II yakiteeka ku ddaala eryokubiri (Second Order), kale nno kibeera kikyamu ffe okutandika okukityoboola nga tukiteeka buli wamu oba n'okukyetimba nga Ssaabasajja si y'asimye Kabaka okukitwambaza!

Bendera n'akabonero k'Eggwanga Buganda

Bendera n'akabonero k'eggwanga lyaffe Abaganda ak'amafumu n'engabo (Coat of Arms) byasooka kuyiiyizibwa Ssekabaka Daniel Basammula-ekkere Mwanga II. Kyokka olw'eddiini z'Ekikristo ebintu bingi ebirungi Ssekabaka Basammula-ekkere Mwanga II bye yakolera Obuganda byatemerwako ettaka mbu kubanga yatta abajulizi kale alina okwerabirwa!

Mu byafaayo ebirala ebyewuunyisa ku Ssekabaka Mwanga II mwe muli eky'okubeera ntiye Kabaka wa Buganda eyasooka okutondawo ebitongole Eky'eggwanika (National Treasury) n'Ekiwuliriza (Intelligence and Counter Intelligence Agency). Naye ebyo byonna waliwo abataayagala emigigi egiriwo n'egiriddawo gibimanye! Kyokka ng'abantu abakkiririza mu kusonyiwagana, ate ng'eddiini zaffe (Ekikristo, Obuyisiraamu, n'endala) kye zitukuutira okukolanga bulijjo; lwaki twerimba nti tuli bakkiriza so nga tusiba obusungu obwo ku myoyo gyaffe?

Ndowooza nti nno kati ky'ekiseera okuggyayo amazima n'ebyafaayo ebituufu ku Nnyaffe Buganda. Kikwasa ennaku okulaba nga Abaganda, wamu n'ensi yonna, tebuulirwa ekifaayo kino nti oluvannyuma Ssekabaka Mwanga II yeenenya era n'abatizibwa mu ddiini ey'Ekikristu n'aweebwa erinnya Daniel. Kyewuunyisa okulaba nti abantu ab'olubatu baasalawo okubimma amazzi nti Ssekabaka Mwanga II yasoma nnyo eddiini n'atuuka n'okuba nti ye yakubanga eŋŋoma eyayitanga abakkiriza okujja okusoma/okusiinza ku lunaku lwa Ssabbiiti mu Klezia e Bukumbi, ekisangibwa mu Tanzania. Eŋŋoma eyo Ssekabaka Mwanga II yagireega era n'agiwa erinnya *Tuligabana edda!* Omuti kwe yagisibanga ng'agikuba gwalwawo nnyo nga gukyaliwo e Bukumbi ku Klezia n'okutuukira ddala mu myaka gy'ensanvu (1970s). Ebyo bye tusaanye okutereeza bwetuba twagala okusigala nga tutambulira mu kitangaala.

Ebiti by'abaana Abaganda ebyenjawulo

Na bino nabyo tusaanye tubimanye. Omwana mu Buganda agwa mu kimu ku biti bino wammanga:

1. Omwana omunabbeere—ono bwe mugatta naye nnyammwe kyokka nga mulina baganda bammwe bwe mweddira omuziro ogumu kitammwe b'azaala mu nnyammwe omulala.
2. Omwana mwannyinoomu—ono bwe mugatta naye nnyammwe ne kitammwe.
3. Omwana omujjanannyina—ono ye mwana eyajja ne nnyina mu ddya nga muzaale kyokka nga kitaawe mulala.
4. Omwana ow'oku mugongo—ono omwana aba yajjira mu lubuto lwa nnyamwe naye nga kitammwe ne nnyamwe tebamanyi. Bwe kizuulibwa nti omwana ono kitammwe si yoomu, olwo ng'ayitibwa ow'oku mugongo.

5. Omwana ow'oku mugugu—ono yateranga okuba omuwala (ayita nnyammwe Senga) w'omukazi ow'awaka. Nnyammwe bwe yanobanga ng'agenda naye.

Okuwa abaana amannya ago waggulu kyakolebwanga olw'obutasongamu nnwe mu ngeri ey'okubaboola oba obutaswaza bazadde singa waba waliwo ebyali byasoba.

Awangaale Ssaabasajja

OKWOGERA OKUMPIMPI KU KITABO

(Epilogue)

Omwami Robert Nviiri omuliga, omubaka w'Olukiiko lwa Buganda, omukugu mu by'ennyonyi era ajjumbira ennyo eby'ennono yaffe afubye nnyo okunonyereza ku byafaayo byaffe bwatyo n'awandiika ekitabo amakula bwe gati.

Ekitabo kino kijja kuyamba nnyo abanakisoma okumanya ensibuko yabwe ey'Omuganda, Obuganda, Obwakabaka n'ebyo byonna ebikola Obuganda. Mu kitabo kino mulimu bingi ebiwandiikidwa nga n'abantu abakulu ddala n'abato fenna tubadde tetubisomangako wadde okubiwulirako. Omuwandiisi yewayo nnyo okunonyereza okutuukira ddala ku nsibuko ya buli Muganda yenna. Tewali kibeerawo oba bibeerawo nga byasooka kuwandikibwa. Bibeerawo, birabibwa, byogerwako, biweebwa amakulu, bifuna obuwakatirwa, n'oluusi biwaba. Ebyaliwo abamu babiyitamu lukwakwayo, abalala bawaayo obudde okufumitiriza ku bisomebwa.

Munnafe Nviiri afubye okutuwa by'avumbudde mu kunonyereza kwe ku byafaayo byaffe Abaganda. Akubuuza; gw'ani? Eggwanga lyo olimanyi? Obwakabaka bwo oyinza okubulwanirira nga tomanyi nsibuko yabwo? Ani anakuuma ennono ng'abaana n'abazzukulu tebamanyi era tebategedde nsibuko yabwe?

Ekitabo kino kiwandiikiddwa okuyamba okudamu ebibuuzo ebyo waggulu, kirimu etterekero ku bya Buganda bingi ate ebikulu. Bw'onokisoma ojja kuba ng'omufirisofa Plato gw'agamba nti, "Omuntu abadde mu mpuku, mu kizikiza n'amala afuluma n'alaba omusana tayinza kwagala kudda mu kizikiza"

Nsuubira ddala nti buli anasoma ekitabo kino ajja kufuna ekitangala. Bw'ataakifune ajjakuba nga Omutukuvu Yokana bwe yewunya, ng'agamba nti, "Kino kya kitalo, omusana guzze mu nsi abantu ne bakyawa omusana ne bagala ekizikiza!" Nkakasa nti buli anasoma ekitabo kino tajja kulondawo kizikiza.

Samwiri Kiwungabudde Busulwa,

Bunnamwaya, Ngobe

Ntenvu 2011

OLUKALALA LW'ABANTU N'EBITABO EBYEBUZIDDWAKO

1. Omukulu Busuulwa (eyanoonyereza ennyo ku ŋŋoma n'Omuganda) 15th-29th Dec 2000
2. Omukulu Ggombe Kabenge, 15th-29th Dec 2000
3. Omukulu Andrew Kisabagire (eyali Katikkiro wa Kawuula 1971-2008), 20th August 2011
4. Ensibuko y'Obwakabaka bw'e Buganda (Omukulu Latimer W. Kiwanuka Lwako, 1964)
5. Ebigambo by'ensibuko ya Buganda n'obuzaale bw'Abendiga (Omukulu Sylvester S.K. Kiguli, 01/01/1964)
6. Musizi No. 74/61, Muwakanya 1961 olupapula 26 (Mw. M.B. Ddamba ow'e Kalungu Masaka)
7. Musizi No. 166/69, Kafumulampawu 1969, olupapula 34 (Mw. Ibrahim Ndawula ow'e Nnateete bye yawandiika nga 18/02/69)
8. *Musizi* No. 172/69, Mukulukusa Bitungotungo 1969, olupapula 34 (Mw. M.B. Ddamba ow'e Kalungu Masaka)
9. *Obulamu bwa Stanislaus Mugwanya (Joseph S. Kasirye, C.J. Fallon Limited, Kingsbridge, London in association with East African Literature Bureau)*
10. *Ekika ky'Endiga, Eŋŋonge n'Ekkobe (Dr. Michael Bazzebulala Nsimbi, 1990)*
11. *Ssekabaka Kintu ne Bassekabaka Abaamusooka (Chelirenso E.S. Keebungero, 1993)*

Okwejjukanyamu

www.ingramcontent.com/pod-product-compliance
Lightning Source LLC
Chambersburg PA
CBHW021237280526
45784CB00005B/2126